உரையாடல்களின் காலம்

சுகுணா திவாகர்

எதிர்
வெளியீடு

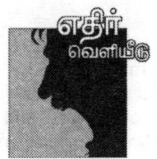

உரையாடல்களின் காலம்
சுகுணா திவாகர்

முதல் பதிப்பு: ஜனவரி 2024

எதிர் வெளியீடு,
96, நியூ ஸ்கீம் ரோடு, பொள்ளாச்சி – 642 002
தொலைபேசி: 04259 226012, 99425 11302

விலை: ரூ.160

Uraiyadalkalin Kaalam
Suguna Diwakar

Copyright © Suguna Diwakar
First Edition: January 2024

Published by
Ethir Veliyeedu, 96, New Scheme Road, Pollachi – 2
email: ethirveliyedu@gmail.com
www.ethirveliyeedu.com

ISBN: 978-81-19576-25-8
Cover Design: Harisankar
Printed at Jothy Enterprises, Chennai.

All rights reserved. No part of this book may be reprinted or reproduced or utilised in any form or by any electronic, mechanical or other means, now known or hereafter invented, including Photocopying and recording, or in any information storage or retrieval system, without permission in writing from the Publisher.

பொருளடக்கம்

முன்னுரை – காலக்குறிப்பு 05

1. ஆனந்த பவனை எதிர்க்கும் ஆரியம்! 07
2. மதம்: ஹெச். ராஜா, பா. இரஞ்சித் மற்றும் பெரியார் 16
3. தேவர்மகனுக்கு எதிரான மாமன்னனின் யுத்தம் 22
4. இளையராஜாவை விமர்சிப்பவர்கள்
   எல்லோருமே சாதிவெறியர்களா? 34
5. படைப்புச் சுதந்திரமும் அடையாள அரசியலின்
   வரம்புகளும் – ஃபர்ஹானா திரைப்படத்தை முன்வைத்து 38
6. கவிஞர்கள் காலம் முடிகிறதா? 46
7. இமையம் என்னும் 'கட்சிக்கார' எழுத்தாளர் 52
8. ஜெயமோகன்: அறியாமை, ஆணவம், அற்ப எழுத்து 58
9. கலைஞர் ஒரு கருத்தியல் ஆயுதம் 75
10. எம்.ஜி.ஆர் – பிம்பங்கள் கலையும் நேரம் 84
11. பெரியார் 50: கொள்ளவேண்டியதும் தள்ள வேண்டியதும் 90

சுகுணா திவாகர்

இயற்பெயர் ரீ.சிவக்குமார். 1978இல் திண்டுக்கல்லில் பிறந்தார். மனைவி ஜெயந்தி. மகன் நவீன் சித்தார்த். ஆனந்த விகடன் இதழாசிரியராகப் பணிபுரிந்த சுகுணா திவாகர் 15 ஆண்டுகளுக்கும் மேலான இதழியல் அனுபவம் கொண்டவர். தீட்டுப்பட்ட நிலா, பாலச்சந்திரனின் இறுதியுணவு ஆகிய கவிதைத்தொகுப்புகளும் பெரியார்: அறம், அரசியல், அவதூறுகள், சிந்திப்பதைத் தவிர வேறு வழியில்லை, அரசியல் சினிமாக்களும் சினிமாக்களின் அரசியலும், திராவிட அரசியலின் எதிர்காலம், மறுப்பில் உயிர்க்கும் சொற்கள் ஆகிய கட்டுரைத்தொகுப்புகளும் அஞ்சிறைத்தும்பி என்னும் குறுங்கதைகளின் தொகுப்பும் வெளியாகியுள்ளன. 2018 சிறந்த கட்டுரைத்தொகுப்புக்கான ஆனந்த விகடன் நம்பிக்கை விருது, தமிழ்நாடு முற்போக்கு எழுத்தாளர்கள் கலைஞர்கள் சங்கத்தின் 2020 – 2021 சிறந்த கலை இலக்கிய விமர்சன நூலுக்கான விருது போன்றவற்றை இவரது புத்தகங்கள் பெற்றுள்ளன. இலக்கியம். திரைப்படம், அரசியல் குறித்த தொடர்ச்சியான விமர்சனப்பார்வைகளை முன்வைப்பதும் படைப்பாக்கப் பணிகளும் சுகுணா திவாகரின் அடையாளங்கள்.

காலக்குறிப்பு

இன்றைய நவீனத் தகவல் தொழில்நுட்ப வளர்ச்சியின் விளைவாக உருவாகியிருக்கும் சமூகவலைத்தளக் காலம் இரண்டுவகையான விளைவுகளைக் கொண்டிருக்கிறது. நாம் அன்றாடம் எதிர்கொள்ளும், நம்மைச் சூழ்ந்திருக்கும் தகவல்களில் எது உண்மை, எது பொய் என்று அறிய இயலாத குழப்பத்தில் ஆழ்ந்திருக்கிறோம். இன்னொருபுறம் எல்லாப் பொருள்களைப் பற்றியும் விவாதங்கள் அதிகரித்திருக்கின்றன. அதேநேரத்தில் இந்த விவாதங்கள் ஏதேனும் ஒரு தரப்பின் சார்பில் நின்று சமநிலை குறைந்து தீவிரப்போக்கை மட்டுமே முன்வைக்கும் விவாதங்களாக இருக்கின்றன. எந்த ஒரு கருத்தியல்/ஆளுமைகளின் பங்களிப்புகளைப் பரிசீலித்து அதன் நிறைகுறைகளை விமர்சனபூர்வமாக முன்வைப்பது என்பது குறைந்திருக்கிறது. முற்றிலுமாக நிராகரிப்பது அல்லது முழுமையாகக் கொண்டாடுவது என்பதே இப்போதைய நிலைப்பாடுகளின் போக்காக இருக்கிறது. 'நீங்கள் யார் பக்கம் நிற்கிறீர்கள்?' என்கிற கேள்வி மீண்டும் மீண்டும் கேட்கப்படுகிறது. மூன்றாம் தரப்பு என்கிற ஒன்றே இருக்கக்கூடாது என்ற மனநிலை நிலவுவது ஆரோக்கியமானதல்ல.

இந்தத் தொகுப்பில் உள்ள கட்டுரைகள் மட்டுமல்ல பொதுவாகவே என் எல்லாக் கட்டுரைகளுமே இப்படியான விவாதங்களாக இல்லாமல் பரிசீலனைக்கு இடம் அளிக்கும் உரையாடல்களாகவே அமையவேண்டும் என்றே விரும்புகிறேன். நான் முன்வைக்கும் எல்லாக் கருத்துகளையும் எல்லோரும் எல்லாக்காலத்திலும் ஏற்றுக்கொள்ள வேண்டிய அவசியமில்லை. இன்னும் சொல்லப்போனால் நான் முன்வைக்கும் எல்லாக் கருத்துகளையும் நானே எல்லாக் காலத்துக்கும் மாற்றவே கூடாது என்ற அவசியமும் இல்லை. இந்தத் தெளிவோடுதான் நான் கருத்துகளை முன்வைக்கிறேன்.

உரையாடல்களின் சமநிலை குலையாமல் இருக்கவேண்டும் என்று விரும்புகிறேன். இந்தத் தொகுப்பில் உள்ள எல்லாக் கட்டுரைகளும் ஒரே பொருளை அடிப்படையாகக் கொண்டவை அல்ல. ஆனால் சமநிலையுடன் கூடிய உரையாடல் என்ற பொதுவான தன்மையைக் கொண்டவை.

தலித், முஸ்லீம், திருநங்கைகள் போன்ற அடையாளங்களை முன்வைத்து எழும் அடையாள அரசியல் தனக்கேயான நியாயங்களைக் கொண்ட, வரவேற்கத்தக்க அரசியல் போக்கு. அதேநேரம் அடையாள அரசியலின் வரம்புகளையும் எதிர்மறைப் போக்குகளையும் சேர்த்து பேசவேண்டியது இன்றைய சூழலில் அவசியம் என்று நினைக்கிறேன். ஃபர்ஹானா திரைப்படம், இளையராஜா சர்ச்சையை முன்வைத்து எழுதப்பட்ட கட்டுரைகளில் அடையாள அரசியல் குறித்த சில விமர்சனங்களையும் முன்வைத்திருக்கிறேன்.

2023 என்பது திராவிட இயக்கத்துக்கு முக்கியமான ஆண்டு. ஒருபுறம் கலைஞர் நூற்றாண்டு, இன்னொருபுறம் பெரியார் இறந்த 50ஆம் ஆண்டு. திராவிட இயக்கச் சிந்தனைகள் இன்று தமிழகத்தைத் தாண்டி இந்தியா முழுவதும் பேசுபொருளாகியுள்ள சூழலில் பெரியார், கலைஞர், எம்.ஜி.ஆர் குறித்த கட்டுரைகள் முக்கியமானவை. கடந்தகாலம், நிகழ்காலத்தைத் தாண்டி செயற்கை நுண்ணறிவு என்னும் தொழில்நுட்பம் இலக்கியத்தில் என்னமாதிரியான தாக்கத்தை ஏற்படுத்தும் என்பது குறித்த எதிர்காலம் குறித்த கட்டுரை ஒன்றும் இந்தத் தொகுப்பில் உள்ளது. அனேகமாகத் தமிழ்ச்சூழலில் இப்படியான பார்வையுடன் எழுதப்பட்ட முதல் கட்டுரை இதுதான் என்று நினைக்கிறேன். இது ஒரு கூட்டுக்கட்டுரை. அந்தக் கட்டுரைக்கான பார்வைகளை வழங்கிய கவிஞர்கள் யவனிகா ஸ்ரீராம், நேசமித்ரன் ஆகியோருக்கு அன்பும் நன்றியும்.

இந்தக் கட்டுரைகள் வெளியான விகடன் இணையதளம், தி இந்து, உயிர்மை மனுஷ்யபுத்திரன் ஆகியோருக்கும் சிறப்புற இந்த நூலைக்கொண்டுவரும் தோழர் அனுஷ், எதிர் வெளியீட்டுக்கும் நன்றிகள்.

1

ஆனந்த பவனை எதிர்க்கும் ஆரியம்!

ஒரு யூட்யூப் சேனலில் "பிராமணர்களின் ஆதிக்கம் மிகுந்த ஓட்டல் துறைக்கு எப்படி வந்தீர்கள்?" என்று திரைக்கலைஞர் சித்ரா லட்சுமணன் கேட்ட கேள்விக்கு "அதற்குத் தந்தை பெரியார்தான் காரணம். எல்லோரும் எல்லாத் தொழிலிலும் வருவதற்கு அவர் பாடுபட்டார்" என்ற பதிலை அளித்திருந்தார் 'அடையாறு ஆனந்தபவன்' ஓட்டலின் உரிமையாளர் கே.டி.சீனிவாச ராஜா. உடனடியாக 'அடையாறு ஆனந்தபவனைப் புறக்கணிப்போம்' என்னும் இயக்கத்தைத் தொடங்கினார்கள் பார்ப்பனர்கள். சைவ உணவுப்பழக்கம் உள்ளவர்கள் அசைவ உணவுகளைச் சாப்பிடுவதில்லையே தவிர, அசைவ உணவுப்பழக்கவழக்கம் உள்ளவர்களுக்கு சைவம் சாப்பிடுவது பிரச்னையில்லை என்பதால், இந்தப் புறக்கணிப்பு இயக்கம் ஆனந்தபவனின் விற்பனையைப் பாதிக்கவில்லை என்பதே எதார்த்தம். ஆனால் இந்தப் புறக்கணிப்புக்குப் பின்னால் உள்ள பெரியார் வெறுப்பரசியலை நாம் புரிந்துகொள்வது முக்கியம். இதை முன்னெடுத்தது பார்ப்பனர்கள் என்றாலும் பார்ப்பனியத்தையும் இந்துத்துவத்தையும் ஆதரிக்கும் சில பார்ப்பனரல்லாதாரும் இந்தப் போக்கை ஆதரித்தனர்.

அதேபோல் நல்லி சில்க்ஸ் விளம்பரத்தில் புடவை அணிந்த பெண்கள் பொட்டு அணியாமல் இருந்ததால் அதைப்புறக்கணிக்க வேண்டும் என்று பார்ப்பனரும் இந்துத்துவ நிர்வாகியுமான எஸ்.ஆர்.சேகர் தெரிவிக்க, அதையும் இந்துத்துவவாதிகள் ஆதரித்தார்கள். புடவை என்பது பொட்டு அணிந்த இந்துப்பெண்கள் மட்டும் உடுத்தும் உடையல்ல. முஸ்லீம் பெண்கள், பெந்தெகோஸ்தே பிரிவைச் சேர்ந்த பெண்கள், மதநம்பிக்கையற்ற பெண்கள் என அனைவரும் அணியும் புடவையை 'ஒரே நாடு, ஒரே சட்டம், ஒரே

மதத்தை'ப்போல் ஒற்றை அடையாளத்துக்குள் திணிக்கப்பார்க்கிறது இந்துத்துவப்பார்ப்பனியம்.

இதுவரை 'முஸ்லீம் கடையில் பொருட்களை வாங்காதீர்கள்', 'கிறிஸ்துவ நிறுவனங்களைப் புறக்கணியுங்கள்' என்று பிரச்சாரம் செய்த இந்துத்துவ அமைப்புகள் இன்று இந்துக்கள் நடத்தும் நிறுவனங்களையே புறக்கணிக்கக் கோருகின்றன என்றால் அவை பார்ப்பனர் ஆதிக்கத்துக்கு எதிராக இருக்கின்றன, பன்மைத்துவத்துக்கு இடமளிக்கின்றன என்பதால்தான். பிரதமர் அலுவலகம் உள்ளிட்ட மத்திய அமைச்சரவை அலுவலகங்களில் உள்ள 90 செயலாளர்களில் 3 பேர் மட்டுமே பிற்படுத்தப்பட்டவர்கள். 15 மத்திய பல்கலைக்கழகங்களில் 4% பேர் மட்டுமே பிற்படுத்தப்பட்ட சாதிகளைச் சேர்ந்த பேராசிரியர்கள். ஐ.ஐ.டி, ஐ.ஐ.எம் போன்ற உயர்கல்வி நிறுவனங்களில் தலித் மாணவர்கள் வெளியேறுவதும் தற்கொலை செய்வதும் தொடர்ச்சியாக நடக்கின்றன. பெரும்பான்மை இந்துக்களான பிற்படுத்தப்பட்டோர், தாழ்த்தப்பட்டோர் பாதிக்கப்படும்போதெல்லாம் மௌனம் காக்கும் இந்துத்துவ அமைப்புகள் பார்ப்பனர்களின் ஆதிக்கத்தின்மீது சிறுவிரிசல் விழுந்தாலும் கொதித்தெழுகின்றன என்றால், இந்துத்துவ அரசியலின் நோக்கமே பார்ப்பன அதிகாரத்தை உறுதிசெய்வதுதான் என்பதைப் புரிந்துகொள்ளலாம்.

இந்தியா முழுவதும் உணவரசியலைக் கையிலெடுத்து தன் ஆதிக்கத்தை நிறுவப்பார்க்கிறது பார்ப்பனியமும் இந்துத்துவமும்.

தமிழர்களின் உணவுமுறையைப் பார்த்தால் தொடக்கத்தில் இருந்தே தமிழர்கள் அசைவம் உண்பவர்களாகவே இருப்பதைப் பழந்தமிழ் இலக்கியங்கள் பதிவுசெய்கின்றன. 'தன் வீட்டில் வந்த விருந்தினருக்குத் தலைவி நெய் விட்டு இறைச்சியின் கொழுப்பைச் சமைக்கிறாள்' என்று நற்றிணை - 41ஆம் பாடல் சொல்கிறது. மீனை உப்பிட்டுக் காயவைத்து, அதைப் பறவைகள் கொத்திச்செல்லாமல் மீனவப்பெண்கள் காத்து நின்றது குறித்த பதிவுகளும் பழந்தமிழ் இலக்கியங்களில் உள்ளன. மீன், ஆட்டிறைச்சி, மாட்டிறைச்சி, வயல் ஆமைக்கறி, முயல்கறி, மான்கறி, உடும்பு இறைச்சி, பறவைகளின் இறைச்சி போன்ற பல்வேறு இறைச்சி குறித்த குறிப்புகள் சங்கப்பாடல்களில் உள்ளதை ஆய்வாளர்கள் பதிவு செய்துள்ளனர்.

எல்லா இறைச்சியையும் போலவே மாட்டிறைச்சியையும் தமிழர்கள் உண்டனர் என்பதற்கு பல பாடல்வரிகள் சாட்சி. உதாரணமாக,

"வய வாள் எறிந்து,

வில்லின் நீக்கி,

பயம் நிரை தழீஇய

கடுங்கண் மழவர்,

அம்பு சேண் படுத்து வன்புலத்து உய்த்தென,

தெய்வம் சேர்ந்த பராரை வேம்பில் கொழுப்பு ஆ எறிந்து, குருதி தூஉய்,

புலவுப் புழுக்கு உண்ட வான் கண் அகல் அறை...."

அகநானூறு – 309

'கலங்குமுனைச் சீறூர் கைதலை வைப்பக்

கொழுப்புஆ தின்ற கூர்ம்படை மழவர்

அகநானூறு 129வது பாடல்

ஆகிய பாடல்களைச் சொல்லலாம்.

கள்ளும் இறைச்சியும் தமிழர் உணவுகளின் ஒரு பகுதியாகவே நெடுங்காலம் இருந்திருக்கின்றன. பௌத்தமும் சமணமும் தமிழ்நிலத்தில் செல்வாக்கு பெற்றபோதுதான் கள்ளுண்ணாமை, புலால் உண்ணாமை போன்ற மதிப்பீடுகள் முன்வைக்கப்பட்டன. நீதிநூல்கள் எழுதப்பட்ட காலத்தில்தான் நாம் இத்தகைய குரல்களக் கேட்கிறோம். இந்தியா முழுவதுமே பௌத்தம், சமணத்தில் இருந்த புலால் உண்ணாமையைப் பார்ப்பனியம் கையகப்படுத்தியது தமிழ்மண்ணுக்கும் பரவியது. பிறகு சமஸ்கிருதத்தை அடிப்படையாகக் கொண்ட நவபார்ப்பனிய பண்பாடு மேலோங்கி, அதை பார்ப்பனரல்லாத நடுத்தரவர்க்கத்தினரும் கடைப்பிடிக்க ஆரம்பித்தபோதுதான் 'விரதம்' கடைப்பிடிக்கும் நடைமுறைகள் தோன்றின.

இந்துத்துவவாதிகளால் அந்நியர்களாகக் கட்டமைக்கப்படும் இஸ்லாமியர்கள் 'நோன்பு' மேற்கொள்ளும்போது இந்துக்களோ சமஸ்கிருதச் சொல்லான 'விரதத்தை'க் கடைப்பிடிப்பதைப் பார்க்கிறோம். பழந்தமிழ் மரபில் வடக்கிருந்து உயிர் துறத்தல் போன்ற நோன்பு என்றாலே அது உணவை முற்றிலும் மறுக்கும் போக்காகத்தான் இருந்திருக்கிறது. வாரத்தில் சில நாள்களோ அல்லது ஒரு மாதம் முழுவதுமோ அசைவத்தை மட்டும் புறக்கணிக்கும் போக்கு இருந்ததற்கான சான்றுகள் இல்லை. புரட்டாசி விரதம், செவ்வாய், வெள்ளி விரதம் போன்றவையெல்லாம் பார்ப்பனியம் தமிழர் பண்பாட்டில் செல்வாக்கு பெற்றபிறகே எழுந்த பழக்கங்கள்.

சுத்தம் X அசைவம் என்னும் இருமை எதிர்வுகளின் வழியாக தீண்டாமையைக் கற்பித்த பார்ப்பனியம், சைவத்தைப் புனிதமாகவும் அசைவத்தைக் கீழானதாகவும் சித்திரித்தது. மேலும் அசைவத்திலேயே இன்ன இறைச்சி மேலானதாகவும் இன்ன இறைச்சி கீழானதாகவும் கட்டமைக்கப்பட்டது. மாட்டிறைச்சி, பன்றி இறைச்சி போன்றவற்றை உண்ணும் தாழ்த்தப்பட்டோரும் சிறுபான்மையினரும் மிலேச்சர்கள் என்று அடையாளப்படுத்தப்பட்டனர். 'ஆவுரித்து தின்றுழலும் புலையர்' என்றது பக்தி இலக்கியம். ஆஷ் துரையை சுட்டுக்கொன்ற வாஞ்சிநாதனின் சட்டைப்பையில் இருந்து கைப்பற்றப்பட்ட கடிதத்திலோ 'அர்ஜுனன் போன்ற பெரும் வீரர்கள் ஆண்ட இந்த தேசத்தை கேவலம் கோ மாமிசம் உண்ணும் ஜார்ஜ் என்ற ஒரு மிலேச்சன் ஆள்வதா?' என்று எழுதப்பட்டிருந்தது. மேலும் தாழ்த்தப்பட்டோர் மற்றவர்களுடன் பொதுவெளியில் அமர்ந்து உணவு உண்ணுவதும் விலக்கப்பட்டிருந்தது. பார்ப்பனர்களும் அவர்களுக்கு அடுத்த சாதியப்படிநிலையில் உள்ள ஆதிக்கச்சாதியினருமே சமையற்காரர்களாகவும் ஓட்டல் நடத்துபவர்களாகவும் இருந்தனர். இத்தகைய உணவரசியல் ஆதிக்கத்தைத்தான் பெரியார் உடைந்தெறிந்தார்.

1937இல் நீடாமங்கலத்தில் நடைபெற்ற காங்கிரஸ் மாநாட்டில் சமபந்தியில் கலந்துகொண்டதற்காகத் தாழ்த்தப்பட்டவர்கள் தாக்கப்பட்டு, மொட்டையடிக்கப்பட்டு அவமானப் படுத்தப்பட்டார்கள். இதைக் கண்டித்து 'விடுதலை' இதழில் தொடர்ச்சியாக எழுதி அம்பலப்படுத்திய பெரியார், தீண்டாமைக் கொடுமையைக் கண்டித்து நீதிமன்றத்துக்கும் சென்றார். இத்தனைக்கும் எம்.சி.ராஜா போன்ற தலித் தலைவர்கள் நீடாமங்கலம் பிரச்னையில் மௌனம் காத்தபோதும் பெரியார் தொடர்ச்சியாகக் கணடன இயக்கத்தை மேற்கொண்டார். தாழ்த்தப்பட்டோரைப் போலவே நாடார் சாதியினரும் ஒடுக்கப்பட்டு புறக்கணிக்கப்பட்டபோது 'விருதுநகர் நாடார் சமையல் உண்டு' என்று தன் மாநாடுகளில் விளம்பரப்படுத்தினார் பெரியார். தன் மாநாடுகளில் மாட்டிறைச்சி, பன்றி இறைச்சி விருந்துகளை ஏற்பாடு செய்தார்.

> "நான் 25 வருடங்களாக மாட்டு மாமிசம் சாப்பிடுகிறேன். மக்கள் மத்தியிலும் பிரச்சாரம் செய்துவருகிறேன். இனியும் மாடு தின்னக்கூடாது என்பவர்கள் யாராயிருந்தாலும் மரியாதையாக நாட்டைவிட்டே வெளியேறுவதுதான் மானமுள்ள காரியமாகும்"

என்றார் பெரியார்.

1964இல் மதுரை அனுமந்தப்பட்டியில் கோழிப்பண்ணை திறப்புவிழாவுக்குப் பெரியாரை அழைக்கிறார்கள். பெரியாரோ கோழிப்பண்ணையைத் திறந்துவைத்துவிட்டு மாட்டுக்கறி ஆதரவு பிரச்சாரம் செய்திருக்கிறார்.

"நம் நாட்டில் கோழி சாப்பிடுவான், மீன் சாப்பிடுவான். மாடு சாப்பிட மாட்டேன் என்பான். மாடு சாப்பிடுவான், பன்றி இறைச்சி சாப்பிடமாட்டேன் என்பான் இப்படியே ஒவ்வொன்றை விட்டு வேறு ஒன்றை சாப்பிடக் கூடியவர்களும் உள்ளார்கள்.

நம் நாட்டில் இந்துக்கள் என்னும் கூட்டத்தில் சிலர் மாடு தின்பது இல்லை. சில கூட்டத்தார் சாப்பிடுகின்றார்கள். உலகில் எங்கும் மாடு சாப்பிடுகின்றார்கள். நமது நாட்டில் கிறிஸ்தவர்கள் முஸ்லீம்கள் மாடு சாப்பிடுகின்றார்கள் மற்றும் அநேக ஜாதியார் மாடு சாப்பிடுகின்றார்கள்.

நான் விடுதலை பொங்கல் மலரில் மக்களின் உணவு விஷயமாக ஒரு கட்டுரை எழுதியுள்ளேன். அதில் மனிதனுக்கு கிரமமான உணவு மாமிசம்தான். சும்மா அதைவிட்டுவிட்டு பழக்கவழக்கத்தை உத்தேசித்து அதனை ஒதுக்குகின்றார்கள். அதிலும் மாடு தின்பதை ஒதுக்குகின்றார்கள். இதனால் மக்கள் பலவீனர்களாகத்தான் ஆகின்றார்கள். மக்கள் விவசாயப் பண்ணை வைத்துக்கொண்டு தானியங்களை உற்பத்திப் பண்ணுவதுபோல மாட்டுப்பண்ணைகள் வைத்து நல்ல வண்ணம் வளர்த்துப் பெருக்க வேண்டும். பசுவைப் பாலுக்கு வைத்துக்கொண்டு காளை மாடுகளை உணவுக்குப் பயன்படுத்திக் கொள்ளலாம் என்று எழுதியுள்ளேன்.

தோழர்களே! பார்ப்பனர்கள் எல்லாம் மாடு எருமை தின்றவர்கள் ஆவர். இராமாயணம் பாரதம் மனுதர்மம் பார்த்தாலே தெரியும். யாராவது விருந்தாளி வந்தால் கன்றுக்குட்டியை அறுத்துத்தான் விருந்து வைத்ததாகக் காணலாம். பிறகு எப்படியோ, அதனை பார்ப்பான் விட்டு விட்டு சாப்பிடுகின்ற நம்மவர்களை கீழ்மக்கள் என்று கூறி விட்டான்.

நாமும் காய்கறி அரிசி உணவைக் குறைத்துக் கொண்டு மாட்டு மாமிச, உணவைத் தாராளமாக சாப்பிட வேண்டும். மலிவு விலையில் கிடைக்க பெரிய பெரிய மாட்டுப் பண்ணைகள் ஏற்படுத்த வேண்டும். மாடு தின்பது பாவம் அல்ல. அப்படியே பாவம் என்றாலும், கோழி தின்பதில் எவ்வளவு பாவமோ அவ்வளவு பாவம் தான் மாடு தின்றாலும் ஆகும்"

என்று பெரியார் அந்தக் கோழிப்பண்ணை திறப்புவிழாவில் பேசினார்.

'பிராமணாள் கபே' என்ற பெயரில் வர்ணாசிரம முறையை நியாயப்படுத்தும்படியான உணவகங்களை எதிர்த்து பெரியார் இயக்கம் போராடியது. குறிப்பாக சென்னை முரளி கபே பிராமணாள் கபே எதிர்ப்பு போராட்டம் புகழ்பெற்றது. போராடிய பெரியார் தொண்டர்கள்மீது ஹோட்டல் மாடியிலிருந்து வெந்நீர் கொட்டப்பட்ட கொடுமையும் நடந்தது. ஆனாலும் பெரியாரின் தீவிர போராட்டத்தின் காரணமாகப் 'பிராமணாள் கபே' என்னும் பெயர் மாற்றப்பட்டது.

'தாழ்த்தப்பட்ட மக்கள் மாட்டுமாமிசம் சாப்பிடுகிறார்கள், மது அருந்துகிறார்கள், சரிவரக் குளிப்பதில்லை, அசுத்தமாக இருக்கிறார்கள். அதனால்தான் அவர்களைக் கோயிலுக்குள் விடுவதில்லை, தீண்டாமை கடைப்பிடிக்கப்படுகிறது' என்று நியாயப்படுத்தப்படும் சாதிய மனநிலையை அம்பலப்படுத்தியவரும் பெரியாரே.

> "இக்குலத்தவர்கள் குளித்து சுத்தமாய் இருக்க வேண்டுமென சிலர் கூறுகிறார்கள். குடிக்கக் கூடாதென்கிறார்கள். மாமிசம் சாப்பிடக்கூடாதென்கிறார்கள். இப்படி கூறுகிறவர்கள்தான் சீர்திருத்தக்காரர்களாம். இப்படி அவர்கள்மீது குற்றம் கூறி கேவலமாகப் பேசுகிறவர்கள் கள், சாராயம் குடிப்பவர்களையும் மாமிசம் தின்னுகிறவர்களையும் குளிக்காமலிருக்கிறவர்களையும் தொடாமல்தான் இருக்கிறார்களா என்று கேட்கிறேன். நான் வாரத்திற்கு இரண்டொருமுறைதான் குளிக்கிறேன். என்னைப்போலவே எண்ணிறந்தோரும் இருந்துவருகிறார்கள். இப்பேர்க்கொத்தவர்களை அவர்கள் தொட்டுக்கொள்வதில்லையா?
>
> நம் நாட்டில் உற்பத்தியாகிற கள்ளும் கொலை செய்யப்படுகிற மாமிசமும் இந்தத் தீண்டாதவர்கள் எனப்படுவோர் வயிற்றுக்குள்தானா போய் விழுகிறது? சிலர் இவர்கள் மாட்டு மாமிசத்தைத் தின்னுகிறார்களே என்கின்றனர். நம் நாட்டை அரசாண்டு வருபவர்கள் மாட்டு மாமிசத்தை முழுக்கத் தின்பவர்களாயிருக்கிறார்கள். மாட்டு மாமிசம் சாப்பிடுபவனின் ஆளுகைக்குட்பட்டு அவனது பிரஜையாக இருக்கச் சம்மதிக்கும் நாம், நமது சகோதரன் மாட்டிறைச்சி தின்றால் என்ன முழுகிப்போய் விடுகிறது? என்ன நீசத்தனம் வந்துவிடப்போகிறது? இவையெல்லாம் வெட்கக்கேடா, விதண்டாவாதக் கொழுப்பா?

வேறுசிலர் செத்த மாட்டைத் தின்னுகிறார்களே என்கிறார்கள். இதனால் என்ன தீட்டு எந்த உருவாக வந்து அவர்களிடம் ஒட்டிக்கொள்கிறது? பதறப் பதற கதறக் கதற மாட்டை அறுத்துச் சாப்பிடுவது பாவமா, மாண்டு மடிந்து மண்ணுக்குள் போவதை இல்லாத கொடுமையால் வயிற்றுக்குள் போடுவது நியாயமா? புழு தின்னும் கோழியையும் மலம் தின்னும் பன்றியையும்விட புல்லையும் புண்ணாக்கையும் தின்னும் மாடு கேவலமானதா?

குளிப்பதற்கு வசதி வாய்க்கப்பெறாதவன் எப்படி குளிக்க முடியும்? மகந்துகளையும் மடாதிபதிகளையும் ஒரு வீட்டுக்குள் போட்டுக் குளிக்கவும் பல் விளக்கவும் தண்ணீர் கொடுக்காமல் ஒருமாதம் வரை பூட்டி வைத்திருந்து திறந்துவிட்டால் அவர்களுடைய வாய் நாறாதா? உடம்பில் துர்வாடை வீசாதா? தண்ணீர் கொடுபடாமலும் தொட்டுக்கொள்ள விடுபடாமலும் தவிக்கும் தீண்டதகாதரென்போர் உடம்பு குளிக்கவில்லை என்பது என்ன மதியீனம்? இறைச்சி வாங்கித் தின்பதற்குப் பணவசதி இல்லாமலடித்து அவனது உழைப்பிலிருந்து வரும் உணவுப்பொருட்களை அவனது வயிற்றுக்குப் போகாதவாறு பிடுங்கிக்கொண்டால் அவன் செத்த மாட்டையும் செத்த ஆட்டையும் தின்னாமல் என்ன செய்வான்? காடு மேடெல்லாம் அலைந்து, இரவு பகலென்றும் பாராமல் தண்ணீரில் நனைந்து, வெயிலில் வெந்த வியர்வையில் குளித்து விவசாயம் செய்வோன் தனது அலுப்புத் தெரியாது என்பதற்காகக் கள் குடிப்பதால் அவன் கேவலமாகிவிட்டானா?"

- இது 29.09.1929இல் நடைபெற்ற பள்ளர்கள் மாநாட்டில் பெரியார் பேசிய உரையின் ஒருபகுதி. ஒருபுறம் தலித் மக்களைத் தூய்மையற்றவர்களாகச் சித்திரித்து தீண்டாமையை நியாயப்படுத்தும் சாதியவாதிகள், இன்னொருபுறம் தலித் மக்கள் மாமிசம் அருந்தாமல், குடிக்காமல் இருக்கும்படி 'சீர்திருத்த' முயன்ற சகஜானந்தா போன்ற தலித் தலைவர்கள். ஆனால் பெரியாரோ முழுமையாக ஒடுக்கப்பட்டோர் பக்கம் நின்று அவர்கள் தரப்பு நியாயங்களை முன்வைத்ததுடன் ஆதிக்கவாதிகளை அம்பலப்படுத்தவும் செய்தார்.

இப்படி தொடர்ச்சியாக உணவின் பின்னுள்ள நுண்ணரசியலைப் புரிந்துகொண்டு அதைத் தன் இயக்கச் செயல்பாட்டின் ஒருபகுதியாக மாற்றியவர் பெரியார்.

இப்போதும் தமிழ்நாட்டில் தலித்துகள், இஸ்லாமியர்களைத் தவிர பெரும்பாலான சாதி இந்துக்கள் வீடுகளில் மாட்டிறைச்சி சாப்பிடுவதில்லை. ஆனால் வடமாநிலங்களில் பசு அரசியலும்

மாட்டிறைச்சியும் எதிர்கொள்ளப்படுவதற்கும் தமிழ்நாட்டில் எதிர்கொள்ளப்படுவதற்கும் இடையில் வேறுபாடுகள் உள்ளன. இங்கு பசுவை வழிபடும் கோமாதா வழிபாட்டு மனநிலை என்பது மிகமிகக்குறைவு. ‘மாட்டிறைச்சி சாப்பிடுபவர்கள் உடலில் துர்நாற்றம் வீசுகிறது’ என்பது போன்ற கற்பிதங்கள் மாட்டிறைச்சியின் மீதான அருவெறுப்பில் இருந்து பிறப்பவை. இங்கு மாட்டிறைச்சி சாப்பிடாமல் இருப்பவர்கள் மாட்டிறைச்சியின் மீதான அருவெறுப்பில் சாப்பிடாமல் இருக்கிறார்களே தவிர, பசு புனிதம் என்னும் மனநிலையிலிருந்து அல்ல. ‘பசுப்பாதுகாப்பு’ என்ற பெயரில் இங்கு வன்முறை தாக்குதல்களோ கொலைகளை நடக்கவில்லை என்றால் அதற்குக் காரணம் பெரியாரும் திராவிட இயக்கமும்.

சென்னையில் நட்சத்திர விடுதிகளில் மாட்டிறைச்சி, ஏன் பன்றியிறைச்சிகூட கிடைக்கிறது. ஆனால் சுக்குபாய் பிரியாணிக்கடை போன்ற ஒருசில உணவகங்களைத் தவிர தலப்பாக்கட்டு, புகாரி, ஸ்டார் போன்ற புகழ்பெற்ற அசைவ உணவகங்களில் மாட்டிறைச்சி சமைக்கப்படுவதில்லை, அவை முஸ்லீம்களால் நடத்தப்படும் உணவகங்களாக இருந்தாலும்.

என் சொந்த ஊர் திண்டுக்கல். அங்கு தலப்பாக்கட்டு பிரியாணிக்கடையும் வேணு பிரியாணிக்கடையும் எந்தளவுக்குப் புகழ்பெற்றவையோ, வணிகரீதியிலாக லாபம் சம்பாதிக்கின்றனவோ அதே அளவு புகழ்பெற்ற, லாபம் சம்பாதிக்கும் மாட்டிறைச்சி பிரியாணிக்கடைகளும் உண்டு. கோவையிலும் இதே நிலை. தமிழ்நாட்டின் சாலையோரக் கடைகளில் பெரும்பாலும் மாட்டிறைச்சி விற்கப்படுகிறது, பரிமாறப்படுகிறது. இதற்கு இதுவரை எந்தத் தடையுமில்லை. இந்துத்துவ அமைப்புகளின் அரசியல் இங்கு செல்லுபடியாகவில்லை. சாலையோரக்கடைகளில் மாட்டிறைச்சி உண்பவர்கள் அனைவரும் தலித்துகள், முஸ்லீம்கள் என்று மட்டும் சொல்லிவிட முடியாது. பிற்படுத்தப்பட்டோரும் இந்தக் கடைகளில் மாட்டிறைச்சி உண்கிறார்கள். அதேபோல் டாஸ்மாக்கும் மாட்டிறைச்சியைப் பரவலாக்கியிருக்கிறது. ஒரு டாஸ்மாக் பாரில் நீங்கள் ‘போட்டி அல்லது குடல்’ என்று கேட்டுவாங்கினால் அது 99% மாட்டுக்குடலாக இருப்பதற்கான சாத்தியம்தான் அதிகம். அதை வாங்கிச் சாப்பிடுபவர்களுக்கும் அது தெரியும்.

அதேநேரத்தில் தலித்தல்லாத, இஸ்லாமியர் அல்லாத பிற்படுத்தப்பட்டோர் வீடுகளில் மாட்டிறைச்சி சமைப்பதில்லை.

கோழி, ஆடு, மீன், முயல் இறைச்சி கிடைக்கும் உணவகங்களில் மாட்டிறைச்சி மட்டும் விலக்கப்படுகிறது. உணவகங்களில் பார்ப்பன ஆதிக்கம் குறைந்து மற்ற சாதியினர் சைவ உணவகங்களில் உள்நுழைந்திருக்கின்றனர். ஆனால் பார்ப்பனரல்லாதார் நடத்தும் உணவகங்கள், பேக்கரிகளின் பெயர்களும் ஆரியபவன், அய்யங்கார் பேக்கரி என்றிருக்கிறது. தேவர் ஹோட்டல், கோனார் மெஸ், கோழிநாடார் கடையெல்லாம் சாத்தியமானாலும் இன்றும் பள்ளர்/தேவேந்திரகுல வேளாளர், பறையர், அருந்ததியர் பெயரில் தமிழ்நாட்டில் உணவகமே இல்லை.

இவையெல்லாம் நம் முன் உள்ள சவால்கள், காத்திருக்கும் பணிகள். இன்னும் கடந்துசெல்ல வேண்டிய தூரம் அதிகம். அதேநேரம் இன்னொன்றையும் சொல்லவேண்டும். அடையாறு ஆனந்தபவன் உரிமையாளர் பெரியார் பெயரைச் சொன்னதற்காகப் பார்ப்பனர்களும் இந்துத்துவவாதிகளும் குமுறுவதைப் புரிந்துகொள்ள முடிகிறது. ஆனால் நாம் தமிழர் கட்சியினரும் விலகல்வாத தலித்தியவாதிகளும் குமுறுவதும் அவதூறுகளை முன்வைப்பதும் முழுக்க முழுக்க பெரியார், திராவிட இயக்கம் மீதான வன்மத்தின் காரணமாகத்தான். இவர்கள் பார்ப்பனர்களுக்கும் இந்துத்துவவாதிகளுக்கும் மறைமுகக்கூட்டாளிகளே.

2

மதம்: ஹெச். ராஜா, பா. இரஞ்சித் மற்றும் பெரியார்

சமீபத்தில் ஒரு பத்திரிகையாளர் சந்திப்பின்போது "ஆன்மிகம் இல்லாத மனிதன் யாராவது இருக்க முடியுமா?" என்று ஹெச்.ராஜா கேட்கிறார். ஒரு பத்திரிகையாளரோ "தந்தை பெரியார்" என்கிறார். திகைத்தபடியே சிரிக்கிறார் ஹெச்.ராஜா.

'ஆன்மிகம்' என்னும் சொல்லாடல் இரண்டு வகைகளில் அர்த்தப்படுத்தப்படுகிறது. ஆன்மிகத்தின் வேர்ச்சொல் ஆன்மா. ஆன்மாவை ஏற்றுக்கொண்ட மதம், சடங்குகள், வழிபாட்டுமுறைகள் 'ஆன்மிகம்' என்று அழைக்கப்படுகிறது. இன்னும் சிலர் 'ஆன்மா' என்னும் வேர்ச்சொல்லைப் பொருட்படுத்தாமல் வாழ்வியல் நெறி என்று ஆன்மிகத்தை அர்த்தப்படுத்துகின்றனர். கோவை ஞானி 'மெய்யியல்' என்று அழைத்தார். பெரியார் 'ஆன்மிகம் இல்லாத மனிதரா?' என்பது குறித்து சிந்திப்போம்.

இந்த இடத்தில் இயக்குநர் பா. இரஞ்சித் சில நாள்களுக்கு முன் பரத்வாஜ் ரங்கனுக்கு அளித்த நேர்காணல் நினைவுக்கு வருகிறது. இரஞ்சித் பெரியாருக்கு எதிராகப் பேசியதாக அப்போது ஒரு சர்ச்சையும் எழுந்தது.

நான் அந்த நேர்காணலை முழுவதுமாகப் பார்த்தேன். பரத்வாஜ் ரங்கனின் அசட்டுத்தனமான கேள்விகளைத் தவிர்த்துப்பார்த்தால் உண்மையில் அது ஒரு நல்ல பேட்டி. (ஆத்திகம், நாத்திகம், பௌத்தம் குறித்து எந்த அடிப்படைகளும் இல்லாமல் அபத்தமான கேள்விகளை முன்வைப்பது, இதில் என்ன அரசியல் இருக்கிறது, அதில் என்ன குறியீடு இருக்கிறது என்பது போன்ற சிறுபிள்ளைத்தனமான கேள்விகளே பரத்வாஜ் ரங்கனின் நேர்காணல். தமிழில் வெளியாகும் பெரும்பாலான சினிமா வீடியோ பேட்டிகள் அதைவிட மோசமாக இருப்பதால் பரத்வாஜ் 'இலுப்பைப்பூ சர்க்கரை'யாக இருக்கிறார்).

இரஞ்சித்தின் பேட்டிக்கு வருவோம். ஷோபாசக்தியின் 'ம்' நாவலில் மீன்கள் பேசுவதாக வரும் காட்சியைத் தன் 'தம்மம்' படத்தில் பயன்படுத்தியது, 'நட்சத்திரம் நகர்கிறது' தலைப்பு தோன்றிய கணம் என்று பல முக்கியமான கலை சார்ந்த விஷயங்களை இரஞ்சித் அந்தப் பேட்டியில் பேசியிருப்பார். பெரியார் குறித்து அவர் இரண்டு இடங்களில்தான் பேசுகிறார். 'மதம் வேண்டாம்னு சொன்ன பெரியார் அதுக்கு மாற்று எதையும் சொல்லவில்லை' என்பது இரஞ்சித்தின் கூற்று. இதுமட்டுமில்லாமல் மதம் குறித்த இரஞ்சித்தின் சிந்தனைக் குழப்பங்கள் அந்த நேர்காணலில் தெரியும்.

பிரெஞ்சுப்புரட்சி உருவாக்கிய மதிப்பீடுகளான சுதந்திரம், சமத்துவம், சகோதரத்துவம் ஆகியவற்றைக் கொண்டு இந்துமதத்தை மதிப்பிட்ட அம்பேத்கர், "எல்லா மதங்களும் கடவுள் மனிதர்களைப் படைத்ததாகச் சொல்லின. ஆனால் இந்து மதமோ கடவுள் ஒரு மனிதனைத் தலையிலிருந்தும் இன்னொரு மனிதனைக் காலில் இருந்தும் படைத்ததாகச் சொன்னது" என்றார். இரஞ்சித்தோ இதே சுதந்திரம், சமத்துவம், சகோதரத்துவம் என்பதை வேறு கண்ணோட்டத்தில் அந்த நேர்காணலில் விளக்குகிறார்.

"சுதந்திரம் வந்திடுச்சு. சமத்துவத்தை பவர் (அதிகாரம்) உருவாக்கிடும். சகோதரத்துவத்துக்கு மதம் முக்கியம்" என்று சொல்லி பௌத்தத்தின் தேவையை முன்வைக்கிறார். இது அடிப்படையில் குழப்பமானது. உண்மையிலேயே இங்கு சுதந்திரம் வந்துவிட்டதா என்பதுதான் அரசியல் கேள்வி. அப்படி முழுமையான சுதந்திரம் கிடைத்துவிட்டதாகக் கருதினால் அரசியல் இயக்கங்களே தேவையில்லை. மேலும் சுதந்திரம் என்பது அரசியல் விடுதலையை மட்டும் குறிக்காது. அது கருத்தியல்ரீதியான மாற்றத்தை நோக்கிய அகம்சார்ந்த விடுதலையையும் குறிக்கும். மேலும் அதிகாரம் (பவர்) மட்டுமே சமத்துவத்தைக் கொண்டுவந்துவிட முடியாது. அதிகாரத்தைக் கைப்பற்றுதல் என்பது பல வழிகளில் ஒன்று மட்டுமே. பல நேரங்களில் அதிகாரமே சமத்துவத்துக்கு எதிராக இருப்பதே எதார்த்தம்.

சகோதரத்துவம் மதத்தின் மூலமாக உருவாவதாக இரஞ்சித் சொல்வதையும் முழுமையாக ஏற்றுக்கொள்ள முடியாது. பௌத்தம் கருத்தியல்ரீதியில் சமத்துவத்தையும் சகோதரத்துவத்தையும் முன்வைத்தாலும் நடைமுறையில் பௌத்தர்களுக்குள் ஏற்றத்தாழ்வுகளும் அதிகார மனநிலையும் இருப்பதற்கு இரட்டைமலை சீனிவாசன் பர்மிய பவுத்ததில் கோயிலடிமைகள்

இருந்ததைக் குறிப்பிடுவது தொடங்கிச் சிங்களப் பேரினவாதம் வரை பல உதாரணங்களைக் கூற முடியும்.

மார்க்சியம் மதத்தை நிராகரித்ததாக இரஞ்சித் கூறியதும் தவறான புரிதலே. மதமற்ற சமூகத்தை மார்க்சியம் முன்வைத்தாலும் வரலாற்றில் மதத்தின் பாத்திரத்தையும் அது அங்கீகரித்தது. 'மதம் மனிதனுக்கு அபின்' என்று சொன்னதுடன் மட்டும் மார்க்ஸ் நிற்கவில்லை. 'ஒடுக்கப்பட்ட மக்களின் ஏக்கப்பெருமூச்சு' என்றும் 'இதயமற்ற உலகின் இதயம்' என்றும் வர்ணித்தார். சுரண்டலுக்கும் ஒடுக்குமுறைக்கும் உள்ளானவர்கள் அதை மறந்து தங்கள் ஆறுதலாக மதத்தை நினைப்பதாலேயே மார்க்ஸ் மதத்தை அபின் என்றார்.

மதம் குறித்த பெரியாரின் நிலைப்பாடு என்ன? மதத்தையும் கடவுளையும் மறுத்தால் அந்த இடத்தில் எதை வைப்பது என்ற கேள்வி பெரியாரின் காலத்திலேயே கேட்கப்பட்டபோது "நடுவீட்டில் மலம் நாறுகிறது. அதை எடுத்து வீசு என்றால் அந்த இடத்தில் என்ன வைப்பது என்று ஏன் கேட்கிறாய்?" என்றார் பெரியார்.

அதேநேரத்தில் இதைச் சொன்ன பெரியார்தான் 'இன இழிவு நீங்க இஸ்லாத்தே நன்மருந்து' என்று பிரச்சாரம் செய்தார். பௌத்தமத மாற்றத்தை ஆதரித்தார். சாதியை மறுத்தவர் சாதி அடிப்படையிலான இட ஒதுக்கீட்டுக்காகப் போராடியதையும் கோயிலை மறுத்தவர் கோயில் நுழைவுக்கும் அனைத்துச்சாதியினர் அர்ச்சகராகும் உரிமைக்குப் போராடியதையும் புரிந்துகொண்டால் இதையும் புரிந்துகொள்ளலாம்.

மதமாற்றத்தைப் பெரியார் தொடர்ந்து வலியுறுத்தினாலும் அது ஆன்ம விடுதலையுடன் தொடர்புடையது அல்ல என்பதையும் அவர் அழுத்தம் திருத்தமாக வலியுறுத்தினார். 4 மணிக்கு தீண்டத்தகாதவனாய் இருக்கும் ஒருவர் 4.05க்கு மதம் மாறி, அந்த இழிவிலிருந்து தம்மை விடுவித்துக்கொண்டால் அதை வரவேற்பதாகச் சொன்ன பெரியார், "மோட்சத்திற்குப் போவதற்காக நான் மதம் மாறச் சொல்லவில்லை" என்பதையும் அழுத்திச் சொல்கிறார்.

அதேநேரத்தில் பெரியார் அரசியல் காரணங்களுக்காக மட்டுமே இஸ்லாத்தையும் பௌத்தத்தையும் ஆதரித்தார் என்று சொல்லிவிட முடியாது. இஸ்லாத்திலும் பௌத்தத்திலும் உள்ள சில கருத்துகள் தனக்கு உகந்தவை என்பதையும் வெளிப்படையாகச் சொல்லியிருக்கிறார். கம்யூனிசம், இஸ்லாத், பௌத்தம் மூன்றும் அவர் சிந்தனை முறையில் தாக்கத்தை ஏற்படுத்தியவை. 'மற்ற மதங்களுடன்

ஒப்பிடும்போது இஸ்லாத் காலத்துக்குப் பிந்திய மதம் என்பதால் அதில் நவீனச் சிந்தனைகள் இருக்கின்றன' என்றார் பெரியார். மிலாது நபி விழாக்களில் கலந்துகொண்டார். அதேநேரத்தில் 'தாடி வளர்த்துக்கொள்வதோ தொப்பி போட்டுக்கொள்வதோ மட்டும் இஸ்லாம் அல்ல' என்றும் அப்படியான அடையாளங்களைப் பின்பற்றாமல் தானும் சில விஷயங்களில் இஸ்லாமை அனுஷ்டிக்கிறவன் என்றும் சொன்னார்.

இஸ்லாத்திலாவது கடவுள் உண்டு. பௌத்தத்தில் அதுவும் இல்லை என்பதால் அதை இன்னும் தனக்கு நெருக்கமாகப் பார்த்தார். பௌத்த மாநாடுகளிலும் புத்தர் சிலை திறப்பு விழாக்களிலும் கலந்துகொண்டார். புத்த ஜெயந்தி கொண்டாட புத்தர் சிலைகளைத் தயாரித்துக்கொள்ளுங்கள் என்றார். ஏராளமான குழந்தைகளுக்குக் கௌதமன், சித்தார்த்தன் என்று பெயர் சூட்டினார்.

புத்தரின் திரிசரணக் கோட்பாட்டை முன்வைத்து தன் இயக்கத்தின் அடிப்படையை விளக்கினார். 'புத்தம் சரணம், தம்மம் சரணம், சங்கம் சரணம்' என்பதைத் தலைமை, கொள்கை, அமைப்பு மூன்றுக்கும் உண்மையாக இருப்பது' என்று விளக்கிய பெரியார் தன் திராவிடர் கழகத் தோழர்கள் அதைக் கடைப்பிடிக்க வேண்டும் என்று வலியுறுத்தினார். பௌத்த மதத்தில் பார்ப்பனர்கள் புகுந்து அதன் கருத்தியலை நீர்த்துப்போகச் செய்ததாலேயே தன் இயக்கத்தில் பார்ப்பனர்களைச் சேர்த்துக்கொள்ளவில்லை என்றும் சொன்னார்.

இஸ்லாத், பௌத்தம் என்னும் இருமதங்களின் கருத்துகளைப் பாராட்டினாலும், மதமாற்றத்தை ஆதரித்துப் பிரச்சாரம் செய்தாலும் பெரியார் இரு மதங்களுக்கும் மாறவில்லை. அம்பேத்கர் புத்த மதத்திற்குத் தன்னை அழைத்தபோது மதம் மாற மறுத்த பெரியார், "மதம் மாறிவிட்டால் இந்து மதத்தை விமர்சிக்கும் உரிமை போய்விடும்" என்று காரணம் சொன்னார். ஆனால் அதுமட்டுமே முழுமையான காரணம் என்று நான் கருதவில்லை.

பெரியாரைப் பொறுத்தவரை நிறுவனங்களுக்குள் கட்டுப்படாதவர். இஸ்லாத்தோ பௌத்தமோ எந்த மதத்துக்கு மாறினாலும் அதை முழுமையாகக் கடைப்பிடிக்க வேண்டும். ஏனெனில் பௌத்தத்தின் திரிசரணக் கோட்பாட்டை முன்வைத்து தன் இயக்கத் தோழர்களுக்கும் அதையே அவர் வலியுறுத்தியிருக்கிறார். 'என்னுடைய கொள்கைகளையும் இயக்கத்தையும் வெளியே இருந்து எவ்வளவு வேண்டுமானாலும் விமர்சியுங்கள். ஆனால் இயக்கத்துக்குள் வந்துவிட்டால் அமைப்புக்குக் கட்டுப்பட வேண்டியது அவசியம்'

என்பதே அவருடைய நிலைப்பாடு. எந்த ஒரு நிலைப்பாடாக இருந்தாலும் மற்றவர்களுக்கு வலியுறுத்துவதற்கு முன்பு தான் அந்த நிலைப்பாட்டை உறுதியாகக் கடைப்பிடிக்க வேண்டும் என்பதுதான் பெரியாரின் வழக்கமாக இருந்திருக்கிறது. எனவேதான் மதமாற்றம் என்பது சடங்குகளுக்கும் நிறுவனமயமாதலுக்கும் தன்னைக் கொண்டுசெல்லும் என்னும் தயக்கம் பெரியாருக்கு இருந்திருக்கலாம். பெரியார் அரசியல் விடுதலைக்காக மதமாற்றத்தை ஆதரித்தாலும் இஸ்லாத், பௌத்த மதக்கருத்துகளில் சிலவற்றை அவர் ஏற்றுக்கொண்டாலும் ஒரு நிறுவனமாக மதத்தை ஏற்றுக்கொள்ள அவரது மனம் விரும்பியிருக்காது.

மதம் அல்லது ஆன்மிகம் மட்டுமே வாழ்வியல் நெறிகளை முன்வைக்கிறது என்பது பரவலாக நம்பப்படும் கற்பிதம். ஆனால் அது அடிப்படையில் அபத்தமானது.

நான் பத்து வயதிலிருந்து மத மறுப்பாளன்; கடவுள் மறுப்பாளன். எந்த இழப்புகளும் நிர்ப்பந்தங்களும் என்னை இந்த நிலைப்பாட்டுக்குக் கொண்டுசேர்க்கவில்லை. சுயமாகச் சிந்தித்தே அந்த இடத்துக்கு வந்தேன். என் வாழ்க்கையில் ஏற்படும் இன்ப துன்பங்கள், ஏற்றத்தாழ்வுகள், வெற்றி தோல்விகள் எல்லாவற்றுக்கும் நான், என்னைச் சுற்றியிருப்பவர்கள், சூழல் மட்டுமே காரணம் என்று அழுத்தமாகக் கருதுகிறேன். மனிதருக்கு மேலே எதுவுமில்லை, மனிதரில் மேல், கீழ் இல்லை என்பதை உறுதியாக நம்புகிறேன்.

உண்மையில் மத நம்பிக்கையுள்ளவர்களைவிட இறை மறுப்பாளர்களின் வாழ்க்கை ரிஸ்க் ஆனது. அவர்கள் அடையும் தோல்விகள், ஏமாற்றங்கள், சரிவுகளுக்கு முன்னவர்களைவிட கூடுதலாகவே குற்றம் சுமத்தப்படுவார்கள். அந்தக் குற்றச்சாட்டுகளில் வன்மம் தூக்கலாகவே இருக்கும். ஆனால் எல்லா நிகழ்வுகளுக்கும் நானே காரணப்படுத்தப்படுவதையே, அது மிகையாகவும் வன்மத்துடன் இருந்தாலும்கூட, விரும்புகிறேன்.

என் வீட்டில் புத்தர் படங்களும் சிலைகளும் உண்டு. என் மகனுக்கு போலீஸால் சுட்டுக்கொல்லப்பட்ட நக்சல்பாரி தோழரின் பெயரையும் புத்தரின் பெயரையும் இணைத்துப் பெயரிட்டிருக்கிறேன். ஆனால் நான் ஒருபோதும் புத்தரை வணங்க மாட்டேன். புத்தர் எனது அடையாளம். இந்திய மரபில் எழுந்த எதிர்ப்புக்குரல்களின் உருவகம். மார்க்ஸ், அம்பேத்கர், பெரியாரைப் போல் புத்தர் என் கருத்தியல் முன்னோடி,

மதம், கடவுள், சடங்குகள் உள்ளிட்ட எந்த புற அழுத்தங்களும் இல்லாமல் தன் வாழ்க்கைநெறிகளை அமைத்துக்கொள்வது கடவுள் மறுப்பாளர்களின் முன்னுள்ள சவால். அதிலும் 'மதம் மட்டுமே அறவியல் மதிப்பீடுகளையும் வாழ்வியல் நெறிகளையும் கொண்டிருக்கிறது. மத மறுப்பாளர்கள் அற மதிப்பீடுகளும் இலக்குகளும் அற்றவர்கள்' என்ற வலுவான கற்பிதத்துக்கு எதிராகப் போராடுவது கூடுதல் சவால். ஆனால் உண்மையான மத, கடவுள் மறுப்பாளர்கள் தங்களுக்கான சுயேச்சை அறங்களை உருவாக்கிக்கொள்வார்கள். அவர்களுக்கான அற மதிப்பீடுகளை மதநூல்களோ கடவுளோ உருவாக்கித் தருவதில்லை. அப்படித்தான் பெரியார் "நீ பிறரிடம் எவ்வாறு நடந்துகொள்ளக்கூடாது என்று நினைக்கிறாயோ அப்படி நீ பிறரிடம் நடந்துகொள்வதுதான் ஒழுக்கம்" என்றார். என்னை யாரும் ஏமாற்றக்கூடாது என்றால் நான் யாரையும் ஏமாற்றக்கூடாது,. என்னை யாரும் சுரண்டக்கூடாது என்றால் நான் யாரையும் சுரண்டக்கூடாது. இத்தகைய சுயேச்சையான அறங்களே இறை மறுப்பாளர்களின் அடிப்படை.

மதத்தில் இருந்தும் கடவுளிடம் இருந்தும் விடுபட்ட நமக்கான சுயேச்சை அறங்களை நாமே உருவாக்கி வாழ்க்கையை அமைத்துக்கொள்வதில் மிகப்பெரும் மகிழ்ச்சியிருக்கிறது. அது மதவாதிகளின் கற்பனை சொர்க்கத்தைவிட அற்புதமானது. மத மறுப்பும் கடவுள் மறுப்பும் கொள்கையும் நிலைப்பாடும் மட்டுமல்ல, அதுவே வாழ்வியல், அதுவே பண்பாடு.

3
தேவர்மகனுக்கு எதிரான மாமன்னனின் யுத்தம்

'மாமன்னன்' திரைப்பட இசைவெளியீட்டுவிழா மேடையில் கமல்ஹாசன் முன்னிலையில் இயக்குநர் மாரி செல்வராஜ் 'தேவர்மகன்' திரைப்படம் குறித்து முன்வைத்த கருத்துகள் விவாதங்களைக் கிளப்பியுள்ளன. 'விருந்தினராக அழைத்துவந்து கமல்ஹாசனை மாரிசெல்வராஜ் அவமானப்படுத்திவிட்டார்' என்றும் '30 ஆண்டுகாலத்துக்கு முந்தைய பிரச்னையைத் தேவையில்லாமல் கிளறிவிட்டார். மாரிசெல்வராஜுக்குத்தான் சாதிய வன்மம் இருக்கிறது' என்றும் குற்றச்சாட்டுகள் முன்வைக்கப்பட்டன. இன்னொருபுறம் கமல்ஹாசன் சாதியவாதி என்ற விமர்சனங்களும் முன்வைக்கப்பட்டன.

தமிழ் சினிமாவுக்கும் சாதிக்குமான உறவு நீண்டகாலத்தொடர்ச்சியுடையது. தொடக்ககாலத்திலிருந்தே தமிழ் சினிமா சாதியுடன் பயணித்துவந்திருக்கிறது. அடிப்படையில் இந்தியச்சமூகம் சாதியச்சமூகம் என்பதால் இந்தியக்கலை, இலக்கியம், அரசியல் என எல்லாவற்றிலும் சாதி பிரதிபலிப்பது இயல்பானதே.

இன்றளவும் பரதநாட்டியம். கரகாட்டம், பறையாட்டம், தேவராட்டம் என எல்லாக்கலைகளும் சாதியப்பாகுபாடுகளை அடிப்படையாகக்கொண்டே அங்கீகரிக்கப்படுகின்றன. தொடக்ககாலத்தில் சினிமா வந்தபோது எல்லாச்சாதியினரும் அமர்ந்து பார்க்கும் இடமாகத் திரையரங்குகள் உருவானபோது மேல்தட்டுச்சாதியினர் சினிமாவை இழிந்த கலையாகவே பார்த்தனர் என்று பதிவு செய்கிறார் ஆய்வாளர் எம்.எஸ்.எஸ். பாண்டியன். கூத்துக்கலையின்மீது இழிந்த மதிப்பேற்றப்பட்டு 'கூத்தாடி', 'கேலிக்கூத்து' போன்ற வார்த்தைகள் உருவாகி நிலைபெற்றிருப்பதையும் காண்கிறோம்.

என்றாலும் தொடக்ககாலத் தமிழ் நாடகங்கள் மற்றும் தமிழ் சினிமாக்கள் இந்துப்புராணங்களையும்

இந்துக்கடவுளர்களையும் பார்ப்பன வழக்காறுகளையும் பிரதிபலிப்பவையாகவே இருந்தன. திராவிட இயக்கத்தின் வருகைக்குப் பிறகுதான் தமிழ்நாடகங்களில் சமூகச்சீர்திருத்தக் கருத்துகள் முன்வைக்கப்பட்டன. அதைப்போலவே சாதிமறுப்பு, கடவுள் மறுப்பு, மூடநம்பிக்கை ஒழிப்பு, தமிழுணர்வு, திராவிட நாடு ஆதரவு, பெண்ணுரிமை, பெண்கல்வி, விதவை மறுமணம் போன்ற கருத்துகளும் திராவிட இயக்கத்தின் வருகைக்குப் பிறகே தமிழ் சினிமாவில் இடம்பெற்று அதன் முகம் மாறியது. அண்ணா, கலைஞர், எம்.ஆர்.ராதா, என்.எஸ்.கிருஷ்ணன், கே.ஆர். ராமசாமி, திருவாரூர் தங்கராசு, முரசொலிமாறன் என எண்ணற்ற திராவிட இயக்கத்தவர்கள் தமிழ் சினிமாவில் பாரிய மாற்றங்களை ஏற்படுத்தினார்கள்.

என்றாலும் எப்படி தொடக்ககாலத் தமிழ் சினிமாவின் முதன்மைப்பாத்திரங்களாகப் பார்ப்பனப் பாத்திரங்கள் அமைந்தனவோ, அதேபோல் திராவிட இயக்க சினிமாவின் முதன்மைப்பாத்திரங்களாகப் பிள்ளைமார், முதலியார் பாத்திரங்களே அமைந்தன. திராவிட இயக்க சினிமாக்களுக்கு வெளியிலும் கறுப்பு-வெள்ளை சினிமா காலகட்டத்தில் முதன்மைப்பாத்திரங்களாக இந்தச் சாதிகளே இருந்தனர்.

ஒரு சமூகத்தின் இயங்கியல் இப்படித்தான் இருக்கமுடியும் என்பது எதார்த்தம். பார்ப்பனர்களை அடுத்து வெள்ளாள-முதலியார் பாத்திரங்கள், பாரதிராஜா வருகைக்குப்பிறகு தேவர் பாத்திரங்கள், தங்கர்பச்சான் வருகைக்குப்பிறகு வன்னியர் கதைமாந்தர்கள், இப்போது பா.இரஞ்சித், மாரி செல்வராஜ் வருகைக்குப்பிறகு பள்ளர், பறையர் போன்ற ஒடுக்கப்பட்ட சாதிகள் நாயகர்களாகவும் முதன்மைப்பாத்திரங்களாகவும் இடம்பெறுகின்றனர். இதுவரை தமிழ்த்திரையில் இடம்பெறாத இருளர் போன்ற பழங்குடியினர் வாழ்க்கையும் சித்திரிக்கப்படுகிறது. அருந்ததியர்கள், குறவர்கள், புதிரைவண்ணார் போன்றவர்களின் வாழ்க்கையும் தமிழ்த்திரையில் இடம்பெறும் காலம் தொலைவில் இல்லை என்று நம்பிக்கை கொள்ளலாம்.

தி.மு.க ஆட்சியைக் கைப்பற்றியபிறகு திராவிட இயக்கம் நாடகங்களிலும் சினிமாக்களிலும் கவனம் செலுத்துவது குறைந்தது. தன் இறுதிக்காலங்களில் 'ராமானுஜர்' தொலைக்காட்சித்தொடருக்கு வசனம் எழுதியது என இறுதிவரை இயங்கியவராகக் கலைஞர் ஒருவரே இருந்தார். கலைஞர் வசனத்தில் மு.க.ஸ்டாலின் நடித்த

'ஒரே ரத்தம்' திரைப்படம் தலித் பிரச்னையை முன்வைத்தது குறிப்பிடத்தக்கது.

திராவிட இயக்கம் சமூகச்சீர்திருத்தச் சிந்தனைகளை முன்வைத்தபோதும் திராவிட இயக்க சினிமா என்பது எதார்த்தத்தை அப்படியே பிரதிபலிக்காத லட்சியவாத அணுகுமுறையைக் கொண்டது. 70களின் இறுதியில் பாரதிராஜா தமிழ் சினிமாவுக்குள் வந்தபிறகுதான் அசலான கிராமம் தமிழ்த்திரையில் சித்திரிக்கப்பட்டது. அந்தக் கிராமத்துடன் பல்வேறு சாதியினர், அவர்களுக்கு இடையிலான உறவு - முரண்நிலைகளும் தமிழ்த்திரைவெளியில் உடன்வந்தன.

பாரதிராஜா சினிமாக்களைத் 'தேவர் சாதிய சினிமா' என்று சிலர் மதிப்பிட்டு விமர்சித்தாலும் ஒட்டுமொத்தமாக அப்படி முத்திரை குத்திவிட முடியாது. 'அலைகள் ஓய்வதில்லை'யில் பார்ப்பன - கிறிஸ்துவக்காதல், 'கிழக்கே போகும் இரயில்' படத்தில் மருத்துவச்சாதியைச் சேர்ந்த இளைஞனுக்கும் ஆதிக்கச்சாதியைச் சேர்ந்த பெண்ணுக்குமான காதல் எனப் பல்வேறு சாதிகளையும் பாரதிராஜா திரையில் கொண்டுவந்தார். சலவைத்தொழிலாளர்கள், முடிதிருத்துபவர்கள், செருப்பு தைப்பவர், படகோட்டும் பெண் எனப் பல்வேறு சிறுபான்மைச்சாதியைச் சேர்ந்தவர்களும் பாரதிராஜாவின் தொடக்ககால சினிமாக்களில் இடம்பெற்றனர். 'வேதம் புதிது' திரைப்படம் வெளிப்படையாகவே பார்ப்பன மேலாதிக்கத்தைக் கேள்விக்குள்ளாக்கிய திரைப்படம்.

'கருத்தம்மா', 'கிழக்குச்சீமையிலே', 'தாஜ்மகால்', 'பசும்பொன்' என்று போகப்போக பாரதிராஜாவின் சினிமாக்கள் தேவர் சினிமாக்களாக உருமாறின என்றாலும் அதற்குள் சுயசாதி விமர்சனம் இல்லாமலில்லை. பெண்சிசுக்கொலையை மையமாகக் கொண்ட 'கருத்தம்மா' திரைப்படம் ஆரம்பிக்கும்போதே பசும்பொன் முத்துராமலிங்கம் சிலையைக் காட்டியே தொடங்கும். இதன்மூலம், எந்தச்சாதியில் பெண்சிசுக்கொலை நடக்கிறது என்பதை பாரதிராஜா தெளிவாக முன்வைத்து தன் சொந்தச்சாதியிலேயே எதிர்ப்புகளையும் எதிர்கொண்டார். 'பசும்பொன்'னும் தேவர் சினிமா என்றாலும் இரண்டாவது திருமணம் செய்துகொண்ட பெண், அவரின் இரண்டாவது கணவரை ஏற்றுக்கொள்ளாத மகன்கள் என நுட்பமான உறவுச்சிக்கல்களையும் ஆண் உளவியலையும் சித்திரித்திருப்பார்.

ஆனால் பாரதிராஜாவுக்குப் பிறகு 80களிலும் 90களிலும் உருவான கிராம சினிமாக்களில் இத்தகைய முற்போக்கு மற்றும்

சுயவிமர்சனக்கூறுகள் நீக்கப்பட்டு நிலப்பிரபுத்துவ மதிப்பீடுகளே முன்வைக்கப்பட்டன. நினைவுச்சின்னம், சேரன் பாண்டியன், சின்னக்கவுண்டர், பெரிய கவுண்டர் பொண்ணு, கவுண்டர் பொண்ணா கொக்கா, நாட்டாமை, சூரியவம்சம், எஜமான், மறுமலர்ச்சி என்று உருவான படங்களின் பட்டியல் நீளம். பெரும்பான்மை திரைப்படங்கள் கவுண்டர் சாதிப்படங்கள். தேவர் மற்றும் வன்னியரை முதன்மைப்படுத்தும் படங்களும் வந்தன. இந்தப் படங்கள் சாதியப்படங்கள் மட்டுமில்லை, தேர்தல் ஜனநாயகத்துக்கு மாறாகத் தனிநபர் பஞ்சாயத்து நீதிவழங்கும் முறையையும் ‘பொம்பளை ஆம்பளைக்கு அடங்கியிருக்கணும்’ என்ற ஆணாதிக்க மதிப்பீடுகளையும் முன்வைத்தது. இந்தப் படங்களை உருவாக்கிய, நடித்த அத்தனைபேரும் படம் முதன்மைப்படுத்திய சாதிகளைச் சேர்ந்தவர்கள் என்று சொல்லிவிட முடியாது. ஆனால் இவர்களால் மீண்டும் மீண்டும் அத்தகைய சாதியப்படங்கள் உற்பத்தி செய்யப்பட்டன. இந்தப் படங்களில் தலித்துகள் மற்றும் சிறுபான்மைச்சாதிகளின் இடம்தான் என்ன? சின்னக்கவுண்டருக்குக் குடைபிடிப்பவர்களாக, எஜமான வானவராயரின் காலடிமண்ணைத் தொட்டுக் கும்பிடுபவர்களாக, எஜமான் வானவராயரின் ‘ஆண்மை’யை நிரூபிப்பதற்காகத் தான் ‘கெடுக்கப்பட்டதாக’ வலிந்து பழிசுமக்கும் விசுவாசி பெண்ணாக, பண்ணையார்களுக்கும் நாட்டாமைகளுக்கும் செருப்பு எடுத்துப்போடுபவர்களாக, அவர்கள்முன் கைகட்டிக் குனிந்து நிற்பவர்களாகவே காட்சிப்படுத்தப்பட்டனர். அண்ணா, கலைஞர் போன்ற திராவிட இயக்க எழுத்தாளர்களின் சிறுகதைகளிலும் திரைக்கதைகளிலும், எம்.ஜி.ஆர் திரைப்படங்களிலும் இருந்த பண்ணையார், நிலப்பிரபுக்கள் எதிர்ப்பு என்பது மழுங்கடிக்கப்பட்டு நிலப்பிரபுக்கள் விசுவாசத்துடன் வணங்கப்படவேண்டியவர்களாக எந்தக் கூச்சமும் இன்றி திருநிலைப்படுத்தப்பட்டனர்.

மலையாளி என்னும் அடையாளத்தை மாற்ற தன்னைக் கொங்குவேளாளர் என்று நிறுவ எம்.ஜி.ஆர் மேற்கொண்ட முயற்சிகள், எம்.ஜி.ஆர் ஆட்சிக்காலத்தில் மெல்லத்தொடங்கி ஜெயலலிதா - சசிகலா ஆட்சிக்காலத்தில் அ.தி.மு.கவிலும் ஆட்சி நிர்வாகத்திலும் உறுதிப்பட்ட முக்குலத்தோர் ஆதிக்கம், பொள்ளாச்சியிலிருந்து மஞ்சள்பையுடன் திரைப்படமெடுக்க வந்த கொங்குவேளாளர்களின் மூலதனம், 90களில் நடைமுறைக்கு வந்த உலகமயமாக்கலின் தொடக்ககாலத்தில் நகரமயமாக்கலுக்கு

ஆட்பட்டவர்களின் கிராமப்பொற்காலக் கனவுகள் என இத்தகைய சாதிய நிலப்பிரபுத்துவத் திரைப்படத்துக்குப் பல காரணங்கள்.

ஆனால் இத்தகைய சாதிய, நிலப்பிரபுத்துவப்படங்களில் இருந்து வடிவத்திலும் உள்ளடக்கத்திலும் விலகிநிற்கும், மேம்பட்ட படமாகத் 'தேவர்மகன்' இருந்தது என்பதை மறுக்கமுடியாது. 'காட்பாதர்' படத்திலிருந்து மணிரத்னம் 'நாயகனு'க்கான உருவாக்கத்தை மேற்கொண்டார் என்றால் கமல்ஹாசன் 'தேவர்மகனு'க்காக இன்னொருவகையான உருவாக்கத்தைக் கையகப்படுத்தினார். அதேநேரத்தில் எதார்த்தத்துக்கு நெருக்கமான முக்குலத்தோர் வாழ்வியல் சித்திரிப்புகள், மேம்பட்ட இசை, ஒளிப்பதிவு தொழில்நுட்பங்கள் ஆகியவை தேவர்மகனை முக்கியமான கலைப்படைப்பாக மாற்றியது.

தேவர்மகனை அடிப்படையில் சாதியப்படம் என்றோ தலித்துகளுக்கு எதிரான படம் என்றோகூட குற்றம்சாட்டிவிட முடியாது. அடிப்படையில் அது தேவர்சாதியினரின் வன்முறையையே விசாரணைக்குட்படுத்தியது. அதேநேரம் 'தேவர்மகன்' செய்த இரு முக்கியமான பிழைகள், காலத்துக்கும் தீராப்பழியாய்ச் சேர்ந்தது.

'தேவர்மகன்' பங்காளிகளுக்குள்- ஒரே சாதியில் நிகழ்ந்த வன்முறையைக் கேள்விக்குள்ளாக்கியதே தவிர, சாதியப்படிநிலையில் தனக்குக் கீழுள்ள சாதிகளின்மீதான வன்முறையைக் கேள்விக்குள்ளாக்கவில்லை. மேலும் அதன் 'போற்றிப்பாடடி பெண்ணே' பாடல் தேவர் சாதிய மனநிலைக்கு ஊக்கமளிக்கும் சாதியகீதமாக மாறியது. 'தேவர்மகன்' வெளியான 1992 அக்டோபருக்குப் பிறகும் பல ஆண்டுகள் பல்வேறு விழாக்களில் 'போற்றிப்பாடடி பெண்ணே தேவர் காலடி மண்ணே' பாடல் மீண்டும் மீண்டும் ஒலிபரப்பப்பட்டு சீண்டி சாதிய மோதல்களுக்கு வித்திட்டது. 90களில் தென்மாவட்டங்களில் நடந்த சாதியமோதல்களுக்கு அந்தப் பாடல் உரம் சேர்த்தது. வன்முறைக்கு எதிரான படம் வன்முறைக்கு வித்திட்டது. மேலும் 'குடிச்ச பால் ரத்தமாப் போகுதுடா', 'புள்ளகுட்டிகளைப் படிக்கவைங்கடா' என்னும் குரல்கள் புறக்கணிக்கப்பட்டு, மீசையும் அரிவாளும் தேவரின் அடையாளமாக மாற்றப்பட்டு, டஜன்கணக்கில் தேவர் சினிமாக்கள் வரத்தொடங்கின.

'போற்றிப்பாடடி' பாடல் ஏற்படுத்திய விளைவுகளுக்குப் பொறுப்பேற்று பின்னாளில் கமல் வருத்தம் தெரிவித்தார். அதேநேரம் மூக்குக்குக் கீழே மீசையையும் முதுகுக்குப் பின்னால்

அரிவாளையும் செருகி டஜன் கணக்கில் தேவர் சாதிய சினிமாக்கள் உருவானதற்கும் கமல் பொறுப்பேற்க வேண்டும். 'மாமன்னன்' விழாமேடையில் ஒலித்த குரல் மாரி செல்வராஜுடையது மட்டுமல்ல. மாரி செல்வராஜுக்கு மேடையும் கமல்முன் பேசுவதற்கான வாய்ப்பும் கிடைத்திருக்கிறது. இவை எதுவும் கிடைக்காத, சாதியாதிக்கத்தாலும் மோதல்களாலும் பாதிக்கப்பட்ட ஆயிரக்கணக்கான குரல்களின் பிரதிநிதிதான் மாரிசெல்வராஜின் குரல். அதைத்தான் அவர் எதிரொலித்தார். எனவே அந்தக் குரலுக்கான நியாயத்தை உணர்வதுதான் அறத்தின் முதல்படி.

அதேநேரம் கமல்ஹாசனை வலதுசாரி இந்துத்துவப் பார்ப்பனர் என்றோ சாதியவாதி என்றோ முழுமையாக அடையாளப்படுத்திவிட முடியுமா?

கமல்ஹாசன் தமிழ் சினிமாவில் பாரிய மாற்றங்களையும் தாக்கங்களையும் ஏற்படுத்தியவர். பரிசோதனை முயற்சிகளின் மூலமும் புதியவகை கதைசொல்லல் மற்றும் தொழில்நுட்பத்தின் மூலமும் தமிழ் சினிமாவை அடுத்தகட்டத்துக்கு நகர்த்தியவர். அதுமட்டும் கமல் சிறப்பு அல்ல. தமிழ் சினிமாவில் அரசியலை வெளிப்படையாகவும் பூடகமாகவும் அவர் முன்வைத்தவர் என்பதும் முக்கியமானது.

தன்னைப் பெரியாரிய ஆதரவாளராக அடையாளப்படுத்திக்கொள்ளும் கமல், கறுப்புச்சட்டை அடையாளத்துடன் பல பொதுமேடைகளில் தோன்றியிருக்கிறார். வாய்ப்பு கிடைக்கும்போதெல்லாம் 'நான் ஒரு பகுத்தறிவுவாதி' என்று அழுத்தமாகச் சொல்லியிருக்கிறார். பாபர் மசூதி இடிக்கப்பட்டபோது, 'நான் வெட்கப்படுகிறேன்' என்று கண்டனம் தெரிவித்தவர் கமல்ஹாசன். சினிமாவுக்கு வெளியில் மட்டுமல்ல, சினிமாவுக்குள்ளும் கமல் கருத்தியல் சார்ந்த அரசியலை முன்வைத்திருக்கிறார். கமலின் சினிமா வெறுமனே தயாரிப்பாளரின் சினிமாவோ இயக்குனரின் சினிமாவோ மட்டுமல்ல, முதன்மையாக அது கமலின் சினிமா. அதில் பேசப்படும் அரசியலுக்கு அவரே பொறுப்பு என்றவகையில் அதைக் கமலின் கருத்துருவாக்க அரசியல் செயற்பாடாகவே கொள்ளவேண்டும்.

கமலின் அரசியல் சினிமாக்களில் முக்கியமானது மட்டுமல்ல, இந்திய சினிமாக்களிலும் முக்கியமானது 'ஹே ராம்'. கலைத்தன்மையும் அரசியலும் இணையும் படமாக அது உருவாகியிருந்தது. 'காந்தியைப் படுகொலை செய்தது இந்துத்துவ மதவாதமும் பார்ப்பனியமும்தான்' என்பதை வெளிப்படையாகவே சொன்ன

படம் 'ஹே ராம்'. இந்தியாவின் பல்வேறு மொழிகள், கலாசாரங்களைக் காட்சிப்படுத்தியன்மூலம், 'இந்தியா என்பது பன்மைத்தன்மையின் மூலம் மட்டுமே நீடிக்கமுடியும்' என்பதை அழுத்தமாகச் சொன்னதுடன், இந்த பன்மைத்தன்மைக்கு இடையிலும் பார்ப்பனியம் ஒற்றை மனநிலையுடன் இயங்குவதையும் 'ஹே ராம்' சொன்னது. சிண்டும் பூணூலும் காற்றில் பறக்க, காந்தியைக் கொல்வதற்காக சாகேத்ராம் கைத்துப்பாக்கியுடன் ஒத்திகை பார்க்கும் காட்சி ஹே ராமின் அரசியலை வெளிப்படையாகவே சொன்னது. ஒரு காட்சியில் ஸ்வஸ்திக் சின்னம் தாமரையாக மாறுவதும் காட்சிப்படுத்தப்பட்டிருக்கும்.

கமல் பிறப்பால் பார்ப்பனராக இருந்தாலும் மேடைகளிலும் தன் சினிமாக்களிலும் சுயசாதி விமர்சனங்களை முன்வைத்தவர். பார்ப்பனர்களின் வைதீகப்போலித்தனங்களைத் தன் படங்களில் வெகுவாகக் கிண்டலடித்திருப்பார். 'அவ்வை சண்முகி'யில் அவரது பாத்திரம், 'மடிசார் அணிந்த மாமிகளைக் கொச்சைப்படுத்துகிறது' என்று குற்றம் சாட்டப்பட்டது. தோல் தொழிற்சாலை நடத்திவரும் பார்ப்பனர், மாட்டுக்கறி சாப்பிடும் முஸ்லீமை வேலைக்கு வைத்ததற்காக கோபப்படும்போது, அதன் போலித்தனத்தை 'அவ்வை சண்முகி'யில் சுட்டிக்காட்டியிருப்பார் கமல். இப்படி கருத்தியல் சார்ந்த ஏராளமான அரசியல் வெளிப்பாடுகள் கமல் படங்களில் உண்டு.

பெரியாரும் அதன்பின் திராவிட இயக்கமும் முன்வைத்த பார்ப்பன எதிர்ப்புக்கான வரலாற்று நியாயங்களை உணர்ந்துகொண்டவர் கமல். அதனால்தான் அவரை ஒரு பார்ப்பனராக முன்னிறுத்தி விமர்சனங்கள் முன்வைக்கப்பட்டபோதும், அதைக் குற்றச்சாட்டாக அவர் எங்கும் சொன்னதில்லை. மேலும் தமிழ் சினிமாவில் எந்தக் கேள்வியையும் எதிர்கொள்பவராக இருக்கும் மிகச்சிலரில் கமலும் ஒருவர். அதற்கு அவர் சொல்லும் பதில் ஏற்புடையதாகவோ பொருத்தமானதாகவோ இல்லாமலிருக்கலாம். ஆனால் கேள்விகளின், விமர்சனங்களின் கதவடைப்பவரில்லை கமல். சுயவிமர்சனங்களை வெளிப்படையாக முன்வைப்பவரும்கூட. 'பரிசோதனை சினிமாக்கள் வந்த காலகட்டத்தில் தான் நடித்த 'சகலகலா வல்லவன்' படம் சினிமாவை வேறுதிசைக்கு மாற்றியது' குறித்து அவரே பேசியிருக்கிறார். 'பிக்பாஸ்' நிகழ்ச்சியில் மனநிலை பிறழ்ந்தவர்களைக் கொச்சையாகச் சித்தரித்ததை விமர்சித்து, மன்னிப்பும் கேட்டவர். 'மாமன்னன்' விழா மேடையில் மாரிசெல்வராஜ் முன்வைத்த விமர்சனத்தைக்கூட அவர் தனக்கு நிகழ்த்தப்பட்ட அவமானமாகக் கருதியதாகத் தெரியவில்லை.

கமலே அப்படி கருதாதபோது மாரிசெல்வராஜ் கமல்ஹாசனை அவமானப்படுத்திவிட்டார் என்று மற்றவர்கள் குற்றம்சாட்டுவதில் எந்த அர்த்தமும் இல்லை.

கமலைச் சாதியவாதி என்றோ வலதுசாரி இந்துத்துவ பார்ப்பனர் என்றோ அடையாளப்படுத்த முடியாது என்று சொல்லும் அதேநேரம் சாதியம், இந்துத்துவம், தேசிய இனப்பிரச்னைகள், இந்தியத்தேசியத்தின் கருத்தியல் அடிப்படைகள் குறித்த தெளிவின்மை கமலுக்கு உண்டு என்பதையும் குறிப்பிட வேண்டும். அதனால்தான் 'அன்பே சிவம்' படத்தில் கம்யூனிஸ்டாக நடித்த கமல், குருதிப்புனலில் நக்சல்பாரிகளைக் கொச்சைப்படுத்தியிருப்பார். 'ஊழல் எதிர்ப்பு' அரசியலின் பின்னுள்ள தூய்மைவாதம் குறித்த புரிதலோ இந்திய தேசியக் கருத்தியலின் பார்ப்பனிய அடிப்படைகள் குறித்த தெளிவோ இல்லாததால்தான் 'இந்தியன்' போன்ற படங்களில் நடித்து இந்திய தேசியத்தை வலியுறுத்துபவராகவும் இருக்கிறார்.

தேவர் நாயகனாக கமல் நடித்த இன்னொரு சினிமாவான 'விருமாண்டி' அடிப்படையில் மரணதண்டனைக்கு எதிரான படம். விருமாண்டி என்னும் தூக்குத்தண்டனைக் கைதியை ஆவணப்படம் எடுக்க வரும் ரோகிணி, கீழ்வெண்மணியைச் சேர்ந்தவராகச் சித்திரிக்கப்பட்டிருப்பார். குற்றமும் தண்டனைகளும் வெவ்வேறு பார்வைகளையும் வெவ்வேறு சார்பையும் அடிப்படையாகக் கொண்டவை என்பதற்கான குறியீடு இது. கீழ்வெண்மணியில் குழந்தைகள் உள்பட 44 பேரை எரித்துக்கொன்ற கோபாலகிருஷ்ண நாயுடு 'குற்றவாளியில்லை' என்று நீதிமன்றத்தால் விடுவிக்கப்பட்டார் என்பதை இங்கு நினைவுகூரும்போதுதான் மரணதண்டனைக்கும் விடுதலைக்குமான சாத்தியங்களின் பின்னுள்ள அரசியலைப் புரிந்துகொள்ள முடியும். 'விருமாண்டி'யில் மரணதண்டனையை எதிர்த்த கமல்ஹாசன்தான், 'உன்னைப் போல் ஒருவ'னில் காமன்மேனாக மாறி, 'குண்டுவைக்கும் தீவிரவாதிகள்மீது சட்ட நடவடிக்கை எடுப்பது பலனளிக்காது. தந்திரமாக அவர்களைக் குண்டுவைத்துக் கொல்லவேண்டும்' என்றார்.

இப்படிப்பட்ட அரசியல் புரிதல் கோளாறுகள்தான் கமலின் முதன்மையான பிரச்னைகள். ஆனால் இந்தக் கட்டுரையை எழுதிக்கொண்டிருக்கும் நான் உள்பட - யாரிடம்தான் அரசியல் புரிதல் பிரச்னைகள் இல்லை என்று சொல்லிவிட முடியும்? நூறுசதவீத அரசியல் சரித்தன்மை யாருக்குத்தான் கைவரப்பெற்றது? ஒரு படைப்பாளியை, அரசியல்மனம் கொண்டவரை அவரது சரி,

தவறுகளுடன் ஏற்றே மதிப்பிட முடியும். அந்தவகையில் கமல்ஹாசன் புரிதல்குறைபாடுகளும் போதாமைகளும் கொண்ட அரசியல் கலைஞன் என்று சொல்லலாம்.

அதனால்தான் தன் சுயசாதிமீது விமர்சனங்கள் கொண்ட கமல்ஹாசனால் இடைநிலைச்சாதி ஆதிக்க உளவியலையும் அதற்கெதிரான, பாதிக்கப்பட்ட தலித் உளவியலையும் இந்துத்துவத்தால் பயங்கரவாதிகளாகச் சித்திரிக்கப்படும் இஸ்லாமிய உளவியலையும் புரிந்துகொள்ள இயலவில்லை. 'ஹேராம்' எடுத்த கமல்தான் 'உன்னைப்போல் ஒருவனை'யும் 'விஸ்வரூப'த்தையும் எடுத்தார். விஸ்வரூபம் திரைப்படத்தின் மீதான எதிர்வினைகளுக்குப் பிறகு 'பார்ப்பனர்களின் தேசபக்தி போலியானது' என்று 'விஸ்வரூபம்-2' திரைப்படம் எடுத்தார்.

ஒரு பொறுப்புள்ள கலைஞனாகத் 'தேவர்மகன்' திரைப்படத்தின் விளைவுகளை கமல்ஹாசன் உணர்ந்துகொண்டாலும் ஆதிக்கசாதித் தன்னிலைகளை உருவாக்குவதில் சாதி அடையாளங்களையும் சாதி அடையாளங்களைப் பிரதிபலிக்கும் சினிமாக்களின் பங்கையும் அவர் உணரவில்லை. 'தேவர் மகன்' சுயவிமர்சனத்துடன் பங்காளிச்சண்டையைச் சித்திரித்துடன் நிற்கவில்லை; அரிவாளையும் மீசையையும் அடுத்தடுத்து வந்த தேவர் சாதிய சினிமாக்களுக்கு கொடையளித்தது. இன்றைய முத்தையா, விக்ரம் சுகுமாரன் வரை விதை, அவர் போட்டது.

வீரம் என்கிற பெயரிலான இந்தப்பெருமித உணர்வு இழைக்கும் தீங்கு குறித்தே தலித் தரப்பு தொடர்ச்சியாக விமர்சனங்களை முன்வைத்துவருகிறது. ஆனால் கமல்ஹாசனோ இதைத் தன் படைப்புச்சுதந்திரத்துக்கு எதிரான குரல் என்றே 'சண்டியர்' பிரச்னையின்போது புரிந்துகொண்டார். 'தேவர்மகன்' விளைவுகளுக்காக அவர் வருந்தியபோதும் கௌதம்கார்த்திக் நடிப்பில் 'முத்துராமலிங்கம்' என்ற சாதிய அடையாளத்துடன் உருவான படத்துக்காக அதே இளையராஜா இசையில் கமல் இன்னொரு 'போற்றிப்பாடடி பெண்ணே' வகை பாடலைப் பாடினார். 'சபாஷ் நாயுடு' என்று மீண்டும் சாதி அடையாளத்துடன் ஒரு படத்தை அறிவித்தார்.

தமிழ் சினிமா உள்ளேயும் வெளியேயும் சாதியத்தைச் சுமப்பது. தமிழ் சினிமா ரசிகமனநிலையும் சாதியத்திலிருந்து தப்பவில்லை. தென்மாவட்டங்களில் முக்குலத்தோரால் கார்த்திக் ரசிகர்மன்றங்கள் நிறுவப்பட்டன. எதிர்வினையாகப் பள்ளர்களால் பிரசாந்த்

ரசிகர்மன்றங்கள் நிறுவப்பட்டன. இப்போது விக்ரம் ரசிகர்மன்றங்கள் நிறுவப்படுகின்றன. சினிமாவிலிருந்து வந்த கார்த்திக், சரத்குமார், கருணாஸ் போன்றோர் சாதியையே அரசியல் மூலதனமாக வரித்துக்கொண்டனர். ஆனால் இவர்கள் அனைவருமே சாதிமறுப்புத் திருமணம் செய்துகொண்டவர்கள் என்பது முரண்நகை. முக்குலத்தோர் சாதியைச் சேர்ந்த கார்த்திக் பழங்குடிப்பெண்ணான ரோகிணியை மணந்தபோதும் அவர் தேவர் சாதி அடையாளமாக முன்னிறுத்தப்பட்டார். சாதிமறுப்புத் திருமணத்தில் பிறந்த கௌதம்கார்த்திக்கும் மீண்டும் சாதி அடையாளமாக முன்னிறுத்தப்பட்டார். அவரோ மலையாளப்பெண்ணான மஞ்சிமா மோகனை மணந்துகொண்டார். சரத்குமார், கருணாஸ் என சாதிமீறித் திருமணம் செய்துகொண்டவர்களும் தங்கள் சுய ஆதாயத்துக்காக சாதிய அடையாளங்களைப் பயன்படுத்திக்கொள்கின்றனர். ஆனால் இதை உணராமலே இத்தகைய சாதிய அரசியலைத் தொடர்பவர்கள் இருக்கிறார்கள். இப்படித்தான் தேவர்மகனில் முன்வைக்கப்பட்ட வன்முறை எதிர்ப்பு, சுயவிமர்சனக்கூறுகளை அகற்றிவிட்டு அதன் சாதிய அடையாளத்தை மட்டுமே பெருமிதமாக மாற்றிவிட்ட இடைநிலைச்சாதி மனநிலை தொடர்கிறது. இதைக் கமல் உணராதவரை தன்மீதான விமர்சனங்களுக்கு அவர் பொறுப்பேற்கத்தான் வேண்டும்.

சில குறிப்புகள் :

★ 'தேவர்மகன்' குறித்த மாரி செல்வராஜ் கருத்துகள் குறித்த விமர்சனங்களுடன் தன் படத்தில் நடிக்கும் நடிகர்களையும் உதவி இயக்குனர்களையும் மாரிசெல்வராஜ் அடிப்பதாகவும் குற்றச்சாட்டுகள் எழுந்தன. மாரி செல்வராஜ் மட்டுமல்ல தமிழ் சினிமாவின் பெரும்பாலான இயக்குநர்களுக்கு இத்தகைய ஆண்டை மனோபாவம் இருக்கிறது. அது நிச்சயம் கண்டனத்துக்குரியது என்பதில் சந்தேகமில்லை.

அதேநேரம் மாரிசெல்வராஜின் இத்தகைய அணுகுமுறை தனித்து விமர்சிக்கப்படவேண்டியதே தவிர, அவரது குரலின் நியாயத்தை மழுங்கடிப்பதற்கான ஆயுதமாகப் பயன்படுத்தப்படக்கூடாது. பாரதிராஜா நடிகர்களை அடித்ததையும் பாலச்சந்தரிடம் மோதிரக்கையால் குட்டு வாங்கியதையும் பெருமையான தகவல்களாகப் பார்த்தவர்கள் மாரிசெல்வராஜ் நடத்தையை மட்டும் குற்றம்சாட்டுவது பக்கச்சார்புள்ள மனநிலை என்றுதான் சொல்லவேண்டும்.

★ சில தலித் தரப்பு விமர்சனங்களில் உள்ள போதாமைகளையும் இங்கு குறிப்பிட வேண்டும். தங்கள் சாதியைச் சேர்ந்த / தங்கள் அபிமானத்துக்குரிய இயக்குநர்களின் திரைப்படங்களை மட்டும் கொண்டாடுவது, அவை சிக்கலுக்குள்ளாகும்போது மட்டும் எதிர்வினை புரிவது, 'மாவீரன் கிட்டு', 'விட்னஸ்' போன்ற திரைப்படங்களைக் கண்டுகொள்ளாமலிருப்பது போன்ற போக்கு ஆரோக்கியமானதல்ல.

மேலும் 'தேவர்மகன்-போற்றிப்பாடடி' பெண்ணே பாடல் விளைவுகளில் கமலுக்கு எப்படி பங்கிருக்கிறதோ அதேபோல் இளையராஜாவுக்கும் பங்கிருக்கிறது. ஆனால் கமல்ஹாசனைக் குற்றம் சாட்டும் பலர் இளையராஜாவைப் புனிதப்படுத்தி அவரை விமர்சனங்களில் இருந்து காப்பாற்றி நியாயப்படுத்தும் வினோதத்தையும் பார்க்கிறோம். 80களின் தமிழ் சினிமாக்களில் சாதியக்கூறுகள் குறித்த ஆய்வுகளை முன்வைக்கும் பலர் அந்த சினிமாக்களின் இயக்குநர்கள், நடிகர்களை மட்டும் விமர்சனத்துக்குள்ளாக்கிவிட்டு, அத்தகைய திரைப்படங்களுக்கான பார்வையாளர்களின் மனநிலையை உருவாக்கியதில் இளையராஜா இசையின் பங்கு குறித்து கவனமாகத் தவிர்ப்பது குறிப்பிடத்தக்கது.

இளையராஜாவின் தனிப்பட்ட கருத்துகளையோ அவரது சமீபத்திய மோடி ஆதரவு கருத்துகளையோ விமர்சிக்கும் அனைவரையும் சாதிவெறியர்களாக முத்திரை குத்தி, இளையராஜாவைப் புனிதப்படுத்தும் போக்கும் அநீதியானது. அடையாள அரசியலின் ஆபத்துகளில் இதுவும் ஒன்று.

★ சமீபத்தில் சை.கௌதம்ராஜ் இயக்கத்தில் அருள்நிதி நடித்து 'கழுவேத்தி மூர்க்கன்' என்ற திரைப்படம் வெளியானது. 'தேவர்மகன்' கலைநேர்த்தியுடன் அந்தப் படத்தை ஒப்பிட முடியாது என்றாலும் உண்மையில் கமல் தேவர்மகனை அரசியல் சரித்தன்மையுடன் எடுத்திருந்தால் இப்படித்தான் எடுத்திருக்க வேண்டும் என்று உறுதியாகச் சொல்லமுடியும்.

'தேவர்மகன்' ஒரே சாதிக்குள்ளான வன்முறையைப் பேசியது என்றால் 'கழுவேத்தி மூர்க்கன்' தலித் சாதிமீது செலுத்தப்படும் வன்முறையைப் பேசியதுடன் ஜனநாயக உணர்வுள்ள இடைநிலைச்சாதியினர் ஒடுக்கப்படும் தலித் மக்கள் பக்கம் நிற்கவேண்டும் என்றும் வலியுறுத்தியது. மேலும் வர்ணாசிரமப்படிநிலையில் முக்குலத்தோரும்

பார்ப்பனர்களுக்குக் கீழ்ப்படிநிலையில் இருப்பதைச் சுட்டிக்காட்டியது. சாதி என்பது தலித்துகளுக்கு மட்டுமல்ல எல்லோருக்குமே சுமை, சாதியம் தன் சொந்தச்சாதியினரையும் பலிகொள்ளத் தயங்காது என்பதையும் அழுத்தமாக முன்வைத்தது. இதைப் பலர் கொண்டாடியது வரவேற்கத்தக்கது என்றாலும் சிலர் தங்களுக்கேயுரிய பாரபட்ச சார்புநிலையுடன் ஒதுங்கிநின்றதும் கவனிக்கத்தக்கது. மலக்குழி மரணங்களுக்கு எதிரான 'விட்னஸ்' திரைப்படத்துக்கும் இத்தகைய மௌனமே சாதிக்கப்பட்டது. இப்படிப்பட்ட சூழலில் சாதி குறித்த வெளிப்படையான உரையாடல் எப்படி சாத்தியம்?

'பெரியாரும் தி.மு.க.வும் ஆதிக்கச்சாதியினருக்கு ஆதரவாளர்கள், தலித் விரோதிகள்' என்று சிலர் தொடர்ச்சியாகக் குற்றம் சாட்டிவருகிறார்கள். ஆனால் கலைஞர் குடும்பத்திலிருந்து வரும் உதயநிதி ஸ்டாலின், தலித் ஆதரவு படங்களான நெஞ்சுக்கு நீதி, மாமன்னன் போன்ற படங்களில் நடிக்கிறார். நூற்றாண்டுகாலத் தமிழ் சினிமாவில் பன்றியைக் கையில் ஏந்தியபடி காட்சிதரும் முதல் தமிழ் சினிமா நாயகன் உதயநிதிதான். இடைநிலைச்சாதியத்தின் மீது விமர்சனம் வைத்து தலித் ஆதரவு நிலைப்பாடு எடுக்கும் 'கழுவேத்தி மூர்க்கன்' திரைப்படத்தில் கலைஞர் குடும்பத்தைச் சேர்ந்த அருள்நிதி நடிக்கிறார். ஆனால் திராவிட இயக்க வெறுப்பு விமர்சனங்களை முன்வைப்பவர்கள் உதயநிதி, அருள்நிதியின் செயற்பாடுகள் குறித்து எங்காவது கருத்து தெரிவித்திருக்கிறார்களா என்று பார்த்தால் ஏமாற்றம்தான் மிஞ்சுகிறது.

4

இளையராஜாவை விமர்சிப்பவர்கள் எல்லோருமே சாதி வெறியர்களா?

நீண்டகாலம் வாய் பேசாமல் இருந்த குழந்தை வாய் பேசத் தொடங்கியதும் தாய் மகிழ்ந்தாள். அந்தக் குழந்தை கேட்ட முதல் கேள்வியே, "அப்பா எப்பம்மா சாவார்?" என்பதுதானாம் என்று ஒரு கதை உண்டு. இதுவரை 'அம்பேத்கர்' என்ற பெயரையே உச்சரிக்காத இசைஞானி இளையராஜா, முதன்முதலாக அம்பேத்கரைப் பற்றி எழுதியிருப்பதுடன் மோடியையும் அம்பேத்கரையும் ஒப்பிட்டுப் பாராட்டியிருக்கிறார். இப்படி ஒருவர் எழுத வேண்டுமென்றால் அவருக்கு அம்பேத்கரைப் பற்றி ஒன்றும் தெரியாது அல்லது மோடி ஆட்சி பற்றிய எந்தத் தன்னுணர்வும் இல்லை என்று அர்த்தம்.

அம்பேத்கர் ரிசர்வ் வங்கியை உருவாக்கியவர். மோடியோ ரிசர்வ் வங்கி, தேர்தல் ஆணையம், சி,பி.ஐ போன்ற சுயச்சார்பான நிறுவனங்களின் தனித்தன்மையை அழித்தவர். பொதுத்துறை நிறுவனங்களை உருவாக்குவதில் ஆர்வம் காட்டியவர் அம்பேத்கர். மோடியோ இருக்கும் பொதுத்துறை நிறுவனங்களைத் தனியாருக்குத் தாரை வார்த்தவர்.

அம்பேத்கர் காலத்தில் தொழிலாளர் உரிமைகளுக்காகக் கொண்டுவரப்பட்ட பல சட்டங்களை ஒன்றுமில்லாமல் ஆக்கியவர் மோடி.

'பிற்படுத்தப்பட்டோர்' என்னும் வகையினத்தை உருவாக்கி அதற்கு சட்ட அங்கீகாரம் அளித்தவர் அம்பேத்கர். இட ஒதுக்கீட்டைத் தீர்மானிக்கும் உரிமை மாநில அரசுகளுக்கே உண்டு என்னும் சட்டத்திருத்தத்தைக் கொண்டுவந்தவர். மேலும் 'பொருளாதார அடிப்படையில் இட ஒதுக்கீடு தரப்பட வேண்டும்' என்ற கோரிக்கை முன்வைக்கப்பட்டபோது அதை மறுத்து, 'கல்வி மற்றும் சமூகத்தில் பின்தங்கியவர்களுக்குத்தான் இட ஒதுக்கீடு'

என்று அழுத்தமாக வாதிட்டவர் அம்பேத்கர். ஆனால் மோடி அரசோ பொருளாதார அடிப்படையில் இட ஒதுக்கீடு கொண்டுவந்து அதை முன்னேறிய சாதிகளுக்கு அளிக்கிறது. பிற்படுத்தப்பட்டோருக்கான இட ஒதுக்கீட்டை மறுக்கிறது.

எல்லாவற்றுக்கும் மேலாக அம்பேத்கர் இந்து என்னும் அடையாளத்தை மறுத்தது மட்டுமல்லாது அதிலிருந்து வெளியேறியவர். இன்று மோடி முன்வைக்கும் ராமரையும் கிருஷ்ணரையும் முற்றிலுமாக நிராகரித்து எதிர்த்தவர். மோடி சமீபத்தில் பிரமாண்டமான அனுமார் சிலை திறந்திருக்கிறார். அம்பேத்கரோ பௌத்தம் தழுவும்போது இந்துமதக் கடவுள்களை வணங்கமாட்டோம் என்று உறுதிமொழி எடுக்கவைத்தார்.

அதுவும் முத்தலாக் தடைச் சட்டத்தைக் கொண்டுவந்ததற்காக அம்பேத்கருடன் மோடியை ஒப்பிட்டிருக்கிறார் இளையராஜா. அம்பேத்கர் பெண்களுக்கான சொத்துரிமை, மணவிலக்கு உரிமை அடங்கிய இந்து சட்டத்தொகுப்பு மசோதாவைக் கொண்டுவந்தபோது அதை எதிர்த்தவர்கள் மோடியின் கருத்தியல் முன்னோர்கள்தான். இப்போது மோடி முத்தலாக் தடைச் சட்டத்தைக் கொண்டுவந்ததற்கோ கர்நாடகாவில் ஹிஜாப் தடை செய்யப்படுவதற்கோ காரணம் மோடி பெண்ணியவாதி என்பதல்ல. உச்சநீதிமன்றமே தீர்ப்பளித்தபிறகும் சபரிமலையில் பெண்களை அனுமதிக்கக்கூடாது என்று போராடிக்கொண்டிருப்பவர்கள் மோடியின் கட்சியினர்தான். பா.ஜ.க ஆளும் மாநிலங்களில் பெண்கள், குறிப்பாகத் தலித் பெண்களின் நிலை எப்படியிருக்கிறது என்பதற்கு ஹத்ராஸ் ஓர் உதாரணம்.

இப்படி எதிரெதிர் துருவங்களாக இருக்கும் அம்பேத்கரையும் மோடியையும் ஒருவர் ஒப்பிடுவது மிகப்பெரிய அநீதியான ஒப்பீடு. அதைச் செய்கிற யாரும் கடுமையாக விமர்சிக்கப்பட வேண்டியவர்தான்.

ஆனால் இப்படி விமர்சனம் முன்வைக்கப்படும்போது ஒரு வாதம் முன்வைக்கப்படுகிறது.

'ஒரு தலித் என்ன பேச வேண்டும், எதைச் செய்யவேண்டும் என்று அவர்கள் வற்புறுத்துகிறார்கள், தீர்மானிக்கிறார்கள்' என்பதுதான் அது. எல்லா விவாதங்களின்போதும் இந்தத் தட்டையான வாதம் முன்வைக்கப்படுகிறது. உண்மையில் சாதியப்பிரதிகளுக்கும் நிறுவன பயங்கரவாதத்துக்கும் எதிராக முன்வைக்கப்பட வேண்டிய

வார்த்தைகளை, விமர்சனங்களை மௌனப்படுத்துவதற்காக முன்வைக்கும்போது அந்த வார்த்தைகள் ஆற்றல் இழந்து நீர்த்துப்போகின்றன.

இன்னொருவகையில் இந்த வாதமும் சாதிய மனநிலையே. விமர்சனங்களில் இருந்து தப்பித்துக்கொள்வதற்காக சாதிய அடையாளத்துக்குள் புகுந்துகொண்டு, விமர்சிப்பவர்களுக்கு சாதிய முத்திரை குத்திவிடும் தந்திரம். இளையராஜா, டாக்டர். கிருஷ்ணசாமி, டி,தருமராஜ் என்று யார்மீது விமர்சனம் முன்வைக்கப்பட்டாலும் இந்த ஒற்றை வாதத்தையே முன்வைத்து விமர்சனங்களை நிராகரிப்பது, பிறகு தன்மீது வைக்கப்படும் தனிப்பட்ட மற்றும் கருத்தியல்ரீதியிலான விமர்சனங்களுக்கும் இதே தந்திரத்தைப் பயன்படுத்துவது, தலித் அடையாளத்தை சந்தர்ப்பவாதங்களுக்குப் பயன்படுத்துவதும் சாதியச்செயற்பாடுதான். சாதி அடையாளத்தை ஒடுக்குவதற்கான அதிகாரத்துக்காகப் பயன்படுத்திக்கொள்வதைப்போல் ஒடுக்கப்பட்டவர் என்ற அடையாளத்தை விமர்சனங்களில் இருந்து தப்புவதற்கு பயன்படுத்திக்கொள்வதும் ஒருவகை அதிகாரம்தான். இளையராஜா விஷயத்திலும் இதுதான் நடக்கிறது.

இன்னும் சிலர் 'இளையராஜாவுக்குப் பேச்சு சுதந்திரம் இல்லையா, கருத்துச்சுதந்திரம் இல்லையா?' என்று கேட்கிறார்கள். இளையராஜாவுக்கு மட்டுமல்ல ஹெச்.ராஜா, காயத்ரி ரகுராம், எஸ்.வி,சேகர், கிருஷ்ணசாமி, டி.தருமராஜ், ஜெயமோகன், பி.ஏ.கிருஷ்ணன், ரங்கராஜ் பாண்டே, சுமந்த் ராமன் என்று எல்லோருக்குமே கருத்துச்சுதந்திரம் இருக்கிறது. அது கருத்து என்பதால்தான் அதை விமர்சித்து மாற்றுக்கருத்துகள் முன்வைக்கப்படுகின்றன. கருத்து சுதந்திரம் என்பது ஒருவர் என்ன வேண்டுமானாலும் சொல்வதற்கான சுதந்திரம்தானே தவிர, அவர் என்ன சொன்னாலும் யாரும் விமர்சித்து எதையும் சொல்லிவிடக்கூடாது என்பதற்கான சுதந்திரமில்லை. 'கருத்துச்சுதந்திரம்' என்ற பெயரில் முன்வைக்கப்படும் இந்த அபத்தமான வாதம், உண்மையில் விமர்சனக் கருத்து சுதந்திரத்தை மறுக்கும் மனநிலைதான்.

இன்னொரு தரப்பினர், இளையராஜாவின் இசைச் சாதனைகளை முன்வைத்து 'என்ன இருந்தாலும் ராஜா ராஜாதான்' என்று புகழ் பாடி விமர்சனங்களின் நடுமார்பில் குத்திக் கொல்லப்பார்க்கிறார்கள். இளையராஜா ஒரு தன்னிரகற்ற இசைமேதை என்பதை இனிமேல்

யாரும்வந்து நிரூபிக்க வேண்டிய அவசியம் கிடையாது. நானும் அவரை ஈடுசெய்யும் இசை தமிழில் இல்லை என்று நினைக்கும் தீவிர ராஜா ரசிகன்தான். அவர் இசையில்லாமல் என் ஒருநாள்கூட நிறைவடைந்ததில்லை. ஆனால் அவரது அபத்தமான, ஆபத்தான கருத்துகளை விமர்சிப்பதற்கான தடையாக அவரது இசை மேதைமையைக் கருதுவது உண்மையில் நம் ரசனைக்கு செய்யப்படும் துரோகம்.

விமர்சனங்களில் இருந்து தப்ப வைப்பதற்காக இளையராஜாவின் இசை சாதனைகளையும் மேதமையையும் சலுகையாகப் பயன்படுத்துவது இளையராஜாவையே அவமானப்படுத்தும் செயல். இளையராஜா அம்பேத்கரை அவமானப்படுத்தினார். இவர்களோ இளையராஜாவையே அவமானப்படுத்துகிறார்கள்.

5

படைப்புச் சுதந்திரமும் அடையாள அரசியலின் வரம்புகளும் – ஃபர்ஹானா திரைப்படத்தை முன்வைத்து

பொதுவாகவே தமிழ் சினிமாக்கள் என்பவை நிரூபிக்கப்பட்ட தடங்களில் தொடரும் பயணம்தான். காதல் படமோ, நகைச்சுவைப்படமோ, பேய்ப்படமோ, தாதா படமோ ஒரு திரைப்படம் கவனிக்கத்தக்க வெற்றியைப் பெற்றுவிட்டால் பிறகு அதேபோல் பல திரைப்படங்கள் வெளியாவதுதான் தமிழ் சினிமா வழக்கம். இப்போது சாதியப்பிரச்னைகள், பெண்களுக்கு எதிரான பாலியல் வன்முறை என்பதுதான் வெற்றிகரமான பேசுபொருள். 2000-த்தின் இடைப்பகுதிக்கு முன்புவரையிலான தமிழ் சினிமாக்களிலும்கூட சாதியும் பாலியல் வன்முறையும் சித்திரிக்கப்பட்டன. ஆனால் ஆதிக்கச்சாதிப்பெருமிதங்கள், ஒடுக்கப்பட்ட சாதியினர் அடிமைகளாகவும் சிறுபான்மையினர் தீவிரவாதிகளாகவும் கிரிமினல்களாகவும் சித்திரிக்கப்பட்ட அவலம், ஒரு பெண்ணுக்குக் கற்பே முக்கியம், பாலியல் வன்முறைக்கு உள்ளான பெண்கள் தன்னை வன்முறைக்கு உள்ளாக்கியவனையே திருமணம் செய்துகொள்ள வேண்டும் அல்லது தற்கொலை செய்து தன்னை நிரூபிக்கவேண்டும் என்ற சித்திரிப்புகளே நிரம்பிவழிந்தன. ஆனால் கடந்த பத்தாண்டுகாலத் தமிழ் சினிமா இவற்றிலிருந்து தனித்து விலகிப் பயணிக்கிறது. அப்படியொரு தனித்த பயணத்தில் சுட்டிக்காட்டப்பட வேண்டிய திரைப்படம் 'ஃபர்ஹானா'.

ஒரு பாரம்பரியமான இஸ்லாமியக் குடும்பத்திலிருந்து பல தயக்கங்களுக்குப் பிறகு வேலைக்கு அனுப்பப்படுகிறாள் ஃபர்ஹானா. தன் உடலை மறைக்கும் ஃபுர்ஹாவை அணிந்தபடி பணிக்குச் செல்லும் ஃபர்ஹானா அங்கு தன் முகத்தை மறைத்து குரல் வாடிக்கையாளர்களுடன் உரையாட வேண்டும். கிரெடிட் கார்டு, பேங்க் லோன் போன்றவை

சமூகநீதிக்கும் சமத்துவத்துக்குமான செயற்பாடுகளை முன்னெடுக்க வேண்டியது அவசியம். ஆனால் சமூக ஜனநாயகச் சக்திகளின்மீது வன்மம் கக்கி, அவர்களைத் தனிமைப்படுத்துவதன் மூலம் மதவாத, சாதிய வன்முறைக்கு ஆளாகும் ஒடுக்கப்பட்ட மக்களைத்தான் இந்த விலகல்வாதிகள் பலிகொடுக்கின்றனர். இத்தகைய விலகல்வாதத்தை அம்பலப்படுத்த வேண்டியதும் எதிர்த்து முறியடிக்கவேண்டியதும் நம் அனைவரின் கடமை.

இஸ்லாமியர்களைத் தீவிரவாதத்துடன் இணைத்துப்பார்ப்பதைப் போலவே இஸ்லாமியர்களை ஆணாதிக்கம், பழமைவாதத்துடன் இணைத்துப்பார்க்கும் பொதுப்புத்தி மனநிலையும் நிலவுகிறது. இந்துத்துவ அரசியலால் இஸ்லாமியர்களுக்கு இழைக்கப்பட்டுள்ள அநீதிகள், இஸ்லாமியர்களுக்கும் இந்துத்துவ அரசியலுக்கு அப்பால் உள்ள சாதாரண இந்துமக்களுக்கும் உள்ள நேசத்துடன் கூடிய உறவு, இஸ்லாமியர்களின் பொருளாதாரச்சூழல், பண்பாட்டு வாழ்வியல் என எதையுமே சித்திரிக்காமல் வெறுமனே இஸ்லாமியர்கள் ஆணாதிக்கவாதிகள் என்று படைப்புகளில் சித்திரிப்பது நேர்மையற்ற செயல்.

எல்லா மதங்களிலும் எப்படி ஆணாதிக்கமும் பழமைவாதமும் இருக்கிறதோ அதேபோல் இஸ்லாத்திலும் இஸ்லாமியர்களிடமும் ஆணாதிக்கமும் பழமைவாதமும் இருக்கின்றன. அதேநேரம் பெண்களுக்கான மறுமண உரிமை, சொத்துரிமை போன்றவற்றை இஸ்லாத் அங்கீகரித்திருப்பது குறித்து கண்டுகொள்ளாமல் இஸ்லாமியப் பெண்களை எந்த உரிமைகளுமற்ற அடிமைகளாக மட்டுமே சித்திரிப்பது அறியாமையுடன்கூடிய பொதுப்புத்திதான். கண்டிப்பாக இத்தகைய போக்கு விமர்சிக்கப்பட வேண்டியது என்பதில் சந்தேகமில்லை. அதேநேரத்தில் இஸ்லாமியர்கள் என்றாலே ஆணாதிக்கப்பழமைவாதிகள் என்று சித்திரிப்பது எப்படி தவறோ அதேபோல் இஸ்லாமியர்களுக்குள் நிலவும் ஆணாதிக்கத்தையும் பழமைவாதத்தையும் விமர்சிக்கவேகூடாது என்னும் மறுப்பு மனநிலையும் தவறேயாகும்.

அந்தவகையில் ஃபர்ஹானாவில் ஒரு படைப்புச்சமநிலை பேணப்படுவது வரவேற்கத்தக்கது. ஃபர்ஹானாவின் தந்தைக்கு அவள் வேலைக்குச் செல்வது பிடிக்கவில்லை. அவள் மட்டுமல்ல, எந்தப் பெண்ணும் வேலைக்குச் செல்வதை அவர் விமர்சிக்கவே செய்கிறார். அத்தகைய மனநிலையை ஒரு காய்கறிக்கடைக்காரப் பெண்மணி இயல்பாகக் கேள்விக்குள்ளாக்குகிறார். இன்னொருபுறம்

ஃபர்ஹானாவின் கணவன் புரிதலுடன் அவளுக்கான வெளியை அங்கீகரிக்கிறான். முதன்முதலாக வேலைக்குச் செல்லும் தன் மனைவியின் கால்களில் புதுச்செருப்பை அணிவிக்கிறான். அவன் அவளைப் பின்தொடர்வதுகூட சந்தேகப்பட்டு அல்ல; அவள் ஏதேனும் ஆபத்தில் சிக்கிக்கொண்டாளோ, அச்சத்தில் தன்னிடம் சொல்லாமல் மறைக்கிறாளோ என்னும் பதற்றத்தில்தான். அவளுக்கு ஏற்படும் சிக்கலைச் சட்டரீதியாக எதிர்கொள்வதற்கும் பிரச்னையிலிருந்து மீண்டபின் அவள் தன் பணியைத் தொடர்வதற்கும் துணைநிற்கிறான். இப்படி ஒரு கண்ணியமான முஸ்லீம் ஆண் குறித்த சித்திரிப்பு சமீபத்திய தமிழ் சினிமாக்களில் நிகழவில்லை என்பது குறிப்பிடத்தக்கது.

இத்தகைய புரிதலின் அடிப்படையில்தான் படம் திரையிட்டுக்காட்டப்பட்டபின் ஃபர்ஹானா மீதான இஸ்லாமிய அமைப்புகளின் எதிர்ப்பு விலக்கிக்கொள்ளப்பட்டிருக்க வேண்டும். தங்கள் சமூகம் குறித்த சித்திரிப்புகளுக்கு எதிர்ப்பு தெரிவிப்பதும் தங்களுக்கு முதலில் திரையிட்டுக் காட்டவேண்டும் என்று கோருவதும் இன்று எல்லா அடையாள அரசியல் அமைப்புகளின் வழக்கமாக இருக்கிறது. ஒருவகையில் தான்தோன்றித்தனமாக தலித்துகள், பழங்குடியினர், மதச்சிறுபான்மையினர், பெண்கள், பால்சிறுபான்மையினர் குறித்த தமிழ் சினிமாக்களின் பாரபட்சமான காட்சிப்படுத்தல்களை இத்தகைய எதிர்ப்புகள் மட்டுப்படுத்துகின்றன.

அதேவேளை இத்தகைய தலையீடுகள் படைப்புச்சுதந்திரத்துக்குக் குறுக்கே நிற்பதுடன் பன்மைத்துவச் சித்திரிப்புக்கான வெளியையும் தடை செய்கின்றன என்பதைப் புரிந்துகொள்ள வேண்டும். தமிழ் சினிமா என்பது பெரும்பாலும் இந்து சினிமாவாகத்தான் இருக்கிறது. மலையாளத்திலிருந்து தமிழில் ரீமேக் செய்யப்படும் த்ரிஷ்யம், ஜோசப் போன்ற படங்களும் இந்து அடையாளங்களுடனே உருவாக்கப்படுகின்றன. முஸ்லீம், கிறிஸ்துவ பாத்திரங்களையும் வாழ்வியல் சித்திரிப்புகளையும் கொண்ட தமிழ் சினிமாக்களே அரிதினும் அரிது. இப்படிப்பட்ட சூழலில் இஸ்லாமிய அடையாளங்களைக் கொண்டு ஒரு படம் வெளியானாலே, அது இஸ்லாமியர்களுக்கு எதிரான படைப்புதான் என்று முன்தீர்மானத்துடன் எதிர்ப்பு தெரிவிப்பதும் தங்களுக்குத் திரையிட்டுக் காட்டவேண்டும் என்று கோருவதும் இத்தகைய படங்கள் வருவதையே முடக்கிவிடும். அப்படியானால் என்னதான் செய்வது?

ஒரு படம் தங்கள் சமூகம் குறித்த பாரபட்சமான சித்திரிப்புகளைக் கொண்டிருக்கிறது என்று கருதினால் அதை ஜனநாயகரீதியாக எதிர்கொள்ள மூன்றுவழிகள் இருக்கின்றன.

★ அந்தப்படம் எப்படி ஆதிக்கக்கருத்தியலைக் கொண்டிருக்கிறது என்பதை விமர்சித்து அம்பலப்படுத்துவது.

★ அந்தப்படத்தைப் புறக்கணிக்கும்படி வெகுமக்களிடம் கோருவது.

★ அந்தப் படத்தின் பொய்யான, பாரபட்சமான சித்திரிப்புகளுக்கு மாற்றாக, உண்மைச்சித்திரிப்புகள் கொண்ட சினிமாக்களைக் கலைநேர்த்தியுடன் உருவாக்குவது.

மூன்றாவது வழியைத்தான் இப்போது பா.இரஞ்சித், மாரி செல்வராஜ் போன்ற தலித் இயக்குநர்கள் கைக்கொண்டிருக்கிறார்கள். அது மிகப்பெரும் உரையாடலைப் பொதுவெளியில் உருவாக்குகிறது. முஸ்லீம்களும் தங்கள் வாழ்வியலையும் பிரச்னைகளையும் சித்திரிக்கும் சினிமாக்களைத் தாங்களே எடுக்கவேண்டிய காலமிது. செய்வார்களா?

படைப்புச் சுதந்திரமும் அடையாள அரசியலின் வரம்புகளும் 45

6
கவிஞர்கள் காலம் முடிகிறதா?

எந்திரங்கள் தங்கள் வாழ்க்கைக்குள் வரும்போதெல்லாம் மனிதர்கள் பதற்றமடையத் தொடங்குகிறார்கள். இத்தனைக்கும் எந்திரங்களை உருவாக்குவது மனிதர்கள்தான். ஆனாலும் எந்திரங்களின் வருகையால் தங்கள் இருப்பு காலியாகிறது என்றே மனிதர்கள் அச்சத்துடன் எதிர்நோக்குகிறார்கள். குறிப்பாக எந்திரங்களின் வருகை உடலுழைப்புத் தொழிலாளர்களின் எதிர்காலத்தைச் சூறையாடிவிடுகிறது என்று ஒவ்வொரு காலகட்டத்திலும் எதிர்ப்புக்குரல்கள் எழுகின்றன.

தொழிலாளர்களை மையப்படுத்தி தன் சிந்தனைகளை முன்வைத்த கார்ல் மார்க்ஸோ எந்திரங்களின் வருகையை வரவேற்கவே செய்தார். மனித வரலாற்றில் உழைப்பின் பாத்திரத்தை வலியுறுத்திய மார்க்ஸ் மனிதர்கள், குறிப்பாகத் தொழிலாளர்கள் எப்போதும் உழைத்துக்கொண்டேயிருக்க வேண்டும் என்று கருதவில்லை. போதிய உழைப்பு, போதிய ஓய்வு, போதிய கேளிக்கை எல்லா மனிதர்களுக்கும் சமமாகக் கிட்டவேண்டும் என்பதே அவரது செங்கனவு. அதனால் உடலுழைப்பைக் குறைக்கும் எந்திரங்களை வரவேற்றபோதும் எந்திரங்களால் தொழிலாளர்களின் வேலைநேரம் குறைந்துவிடப்போவதில்லை என்றும் அவர் வலியுறுத்தினார்.

எந்திரங்களைக் கொண்டு முதலாளிகள் முன்னிலும் அதிகமான உற்பத்தியை எதிர்பார்த்தார்கள். உற்பத்தி அதிகரிக்க அதிகரிக்க தொழிலாளர்களின் வேலைநேரமும் அதிகரிக்கவே செய்தது. இப்போது வரையறுக்கப்பட்ட வேலைநேரம் என்பதையே இழந்துவிட்ட காலத்தில்தான் வசிக்கிறோம் நாம். இன்னொருபுறம் மனிதச்சமூகத்தின் பெரும்பான்மையான தொழிலாளர்கள்தான் உற்பத்தி செய்யப்படும் பொருள்களின் நுகர்வோர்கள் என்பதையும் முதலாளித்துவம் மறந்துவிட்டது. வேலையிழப்புக்கும்

சம்பளக்குறைவுக்கும் ஆளாகும் தொழிலாளர்களின் வாங்கும் சக்தியைக் குறைப்பதன்மூலம் தாங்கள் உற்பத்தி செய்யும் பொருள்களுக்கான நுகர்வோர்கள் இல்லாமல் முதலாளித்துவம் சிக்கலில் மாட்டிக்கொள்கிறது. உலகம் முழுவதும் முதலாளித்துவம் இக்கட்டில் மாட்டி விழிப்பதைப் பார்க்கிறோம்.

சாதியமும் ஆணாதிக்கமும் நிறைந்த இந்தியச் சமூகத்தில் எந்திரங்களின் வருகை ஒருவகையில் வரவேற்கத்தக்கது. தொழிலைப் பிறப்புடன் இணைக்கும் நிலையை எந்திரங்கள் விடுவிக்கின்றன. மலமள்ளும் இயந்திரங்கள் தூய்மைப்பணிக்கென ஒரு சாதி இல்லாமல் செய்யும் சாத்தியம் கொண்டவை. சமையலும் வீட்டுவேலைகளும் பெண்களுக்கானவை என வரையறுக்கப்பட்ட இந்தியச் சமூகத்தில் எந்திரங்களின் வருகை பெண்களின் உடலுழைப்பைக் குறைக்கின்றன. எனவே எந்திரங்களின் வருகையும் இலவச மிக்ஸி, இலவச கிரைண்டர், இலவசத் தொலைக்காட்சி வழங்கும் தேர்தல் வாக்குறுதிகளும் வரவேற்கத்தக்கவை.

எல்லாம் சரி, மனிதர்கள் X இயந்திரங்கள் என்ற இருமை எதிர்வுகள் இருக்கும்வரை இப்படியான கருதுகோள்களை முன்வைக்கலாம். இயந்திரங்களை இயக்குவதற்கு மனிதர்களே தேவைப்படாத, உடலுழைப்பைத் தாண்டி சிந்திக்கும் ஆற்றல் பெற்ற இயந்திரங்கள் உருவாகும் சூழலில்...?

மனிதர்கள் என்னும் சமூக விலங்குகள் மற்ற விலங்குகளிடமிருந்து தம்மை வித்தியாசப்படுத்திக்கொள்வதே நுண்ணறிவினால்தான். இப்போதோ மனிதர்கள் கடவுளாகும் ஆசையால் எந்திரங்களை மனிதாயப்படுத்துகிறார்கள். மனிதர்கள் X எந்திரங்கள் என்னும் இருமை எதிர்வுகளின் கோடுகள் அழிக்கப்படுகின்றன. ஒரு செயற்கை நுண்ணறிவு எந்திரம் உலக செஸ் சாம்பியனைத் தோற்கடிக்கிறது, வெற்றிகரமான திரைக்கதையை உருவாக்குகிறது. இதே எந்திரம் நவீனக்கவிதையை எழுத ஆரம்பித்துவிட்டால் கவிஞர்களின் கதி...? காலாதீதம், பித்தில் உழலும் கவிமனம் ஆகியவற்றின் நிலை...?

சமகால நவீனக்கவிதைகளில் புழங்கும் சொற்களை பைனரியாக மாற்றி, கோடிங் உருவாக்குவதன் மூலம் ஒரு செயற்கை நுண்ணறிவு எந்திரத்தால் ஒரு நவீனக்கவிதையை எழுதிவிட முடியும். இது போலச்செய்தல்தான். ஆனால் இப்போதைய பல நவீனக்கவிஞர்களும் இதே போலச்செய்தலையேதான் செய்கிறார்கள் என்பதே எதார்த்தம். ஒரு கவிஞர் தன் நல்ல கவிதையை நகலாக்கம் செய்து மீண்டும் மீண்டும் பல கவிதைகளை உருவாக்குகிறார். பிறகு அவரைப்

போலச்செய்து பல கவிஞர்கள் பல கவிதைகளை உருவாக்குகிறார்கள் என்றால், ஒரு செயற்கை நுண்ணறிவு எந்திரம் போலச்செய்தல் மூலம் ஒரு நவீனக்கவிதையை உருவாக்குவதில் என்ன பிழை கண்டுவிட முடியும்?

கிட்டத்தட்ட இதேமாதிரியான கோடிங் முறையைப்போன்ற ஒரு தொழில்நுட்ப உத்தியைத்தான் பாடலாசிரியர் மதன் கார்க்கி 'லிரிக் இன்ஜினீயரிங்' என்று அறிமுகப்படுத்தினார். இசையமைப்பாளரால் அமைக்கப்படும் மெட்டுக்கு ஏற்ற வார்த்தைகளைக் காட்சியின் சூழலுக்கு ஏற்ற வார்த்தைகளுடன் தொழில்நுட்பரீதியாக உருவாக்க முடியும் என்பது அவர் வாதம். இதற்குமுன்னால் எழுதப்பட்ட பாடல்வரிகளைத் தரவுகளாக மாற்றி, அதன் அடிப்படையில் புதிய பாடல்களை இயற்ற முடியும் என்றால் யார் வேண்டுமானாலும் பாடலாசிரியராகிவிட முடியும். மரபிலக்கணப் பயிற்சியோ கவித்துவமோ தேவையில்லை. இப்போதே தனுஷும் சிவகார்த்திகேயனும் 'பொயட்டு' பாடலாசிரியர்களாக மாறிவிட்டார்கள். திரைரசிகர்கள் இந்த எதார்த்தத்தை ஏற்றுக்கொண்டுவிட்டார்களே தவிர வைரமுத்துவோ தாமரையோ யுகபாரதியோதான் பாட்டெழுத வேண்டும் என்று அடம் பிடிப்பதில்லை. இனி மெட்டையே ஓர் இயந்திரம் உருவாக்கி அதற்கான பாடல்வரிகளையும் உருவாக்கிவிடும். திரைப்பாடல்களில் நிகழும் இந்த மாற்றம் கவிதைகளை மட்டும் விட்டுவிடுமா?

'கலையும் இலக்கியமும் காலத்தில் நிலைத்துநிற்பவை; தனக்கேயான தனித்துவப் படைப்பாற்றல் கொண்டவை. எனவே அவை பிரதி செய்யப்படாத உன்னதமானவை. மனித வாழ்க்கைக்கு ஒளிசேர்ப்பவை' என்னும் நம்பிக்கையிலிருந்து மட்டுமே இதை எதிர்கொண்டுவிட முடியாது.

காலத்தில் நிலைத்திருப்பவை என்பதைத் தாண்டி இப்போது காலமே நிலைத்திருக்க முடியாத காலம் உருவாகிவிட்டது என்பதை உணரவேண்டிய தருணமிது.

60கள், 70கள், 80களில் பிறந்த மூவர் ஒரு பொதுமேசையில் அமர்ந்து உரையாடுவதற்கான சாத்தியமுண்டு. அவர்களுக்கிடையில் பகிர்ந்துகொள்ள பொதுவான அனுபவங்களும் பொதுவான ரசனைகளும் உண்டு. ஆனால் 90'ஸ் கிட்ஸ் எனப்படும் தலைமுறைக்கும் 2கே கிட்ஸ் எனப்படும் தலைமுறைக்கும் உரையாடலில் பகிர்ந்துகொள்ள பொதுவான ரசனைகளும் பொதுவான

அனுபவங்களும் இல்லவே இல்லை அல்லது மிகக்குறைவு என்பதுதான் எதார்த்தம்.

காலம் என்பது இப்போது பிளவுபட்டுவிட்டது. ஒவ்வொரு தசாப்தத்துக்குமான தலைமுறை உருவாகிவிட்டது. இனி ஒரே தசாப்தத்துக்கு உள்ளேயே ஐந்து ஆண்டுகளுக்குள் ஒரு தலைமுறை, இரண்டு ஆண்டுகளுக்குள் ஒரு தலைமுறை, ஒரே ஆண்டுக்குள்ளேயே வெவ்வேறு தலைமுறைகள் உருவாகும் சாத்தியங்களைப் பார்க்கிறோம். இனிவரும் காலம், நிலைத்து உறைந்துபோகும் காலமில்லை. எனில் எந்தக் காலத்துக்கு நிலைக்கப்போகும் கவிதைகளை எழுதப்போகிறார்கள் நம் கவிஞர்கள்?

ஒரு பாரம்பரியத் தொழில் படிப்படியாக அழிவதற்குப் பத்தாண்டுகள் முதல் கால்நூற்றாண்டுவரை எடுத்துக்கொண்ட காலம் உண்டு. இப்போதோ ஒரு தொழில் அழிவதற்கும் புதுத்தொழில் உருவாகுவதற்கும் ஓராண்டுகாலம் கூட பிடிப்பதில்லை. இந்தத் தசாப்தத்தில் அல்லது கடந்த ஐந்தாண்டுகளில் உங்கள் கண்முன் அழிந்த தொழில்களை நினைவுகூருங்கள்.

உற்பத்தியைவிடவும் சேவைத்துறைக்கு முன்னுரிமை அளிக்கும் காலமிது. உணவை, அமேசான் பொருள்களை, திரையரங்க நுழைவுச்சீட்டை, சுற்றுலாத்தளங்களைச் சுற்றிப்பார்க்கும் வசதியை, டேட்டிங்கை, காமத்துக்கான தங்குமிடத்தை, கடனட்டைகளை உங்களுக்கு உடனுக்குடன் வழங்கும் சேவகர்களே நம்மைச்சுற்றியிருக்கிறார்கள். இதில் கணிசமான துறைகளில் இப்போது செயற்கை நுண்ணறிவு எந்திரங்கள் வரத்தொடங்கிவிட்டன. இனி நமக்கான கவிதையை, இசையை, ரசனையை வழங்கும் சேவையை அளிக்கும் நுண்ணறிவு எந்திரங்கள் உருவாகும் காலமிது.

மேலும் எல்லா மதிப்பீடுகளும் இடைவிடாது மாறிக் கொண்டிருக்கின்றன. நம் நவீன கவிஞர்கள் சங்ககால அகப்பாடல்களைப் போல் காதல் கவிதைகளை எழுதிக்குவித்து தொகுப்பாக்குகிறார்கள். ஆனால் எதார்த்தத்தில் இன்றைய தலைமுறை காதலின் புனித மாயையிலிருந்து விலகி பிரேக்-அப், லிவ்-இன் ரிலேஷன்ஷிப், Friendship with benefits என்று வெவ்வேறு கட்டங்களுக்கு நகர்ந்துகொண்டிருக்கிறது. நாளை இன்னும் பல புதிய உறவுமுறைகள் உருவாகலாம். மாறிவிட்ட மதிப்பீடுகளை உணராது, காலத்தில் உறைந்துபோன நம் கவிஞர்களின் கவிதைகளை இளம் தலைமுறை ஏற்பதற்கு என்ன நியாயம் இருக்கப்போகிறது? அதைவிடவும் மாறிவிட்ட மதிப்பீடுகளைப் புரிந்துகொண்டு

அதற்கான ரசனைகளைத் தகவமைக்கும் ஒரு செயற்கை நுண்ணறிவு எந்திரம், உண்மையிலேயே 'நவீனமான' ஒரு கவிதையை எழுதிவிட இயலும்.

மனிதர்களால் உள்ளீடு செய்யப்படும் தகவல்களைக் கொண்டே கூகுள் போன்ற தேடுபொறிகள் இப்போது செயற்படுகின்றன. இந்த நிலையிலேயே கூகுளைச் சார்ந்துதான் மனிதர்களின் அன்றாடம் இயங்கவேண்டிய வினோதநிலை. நாளை மனிதர்களின் உள்ளீடே தேவைப்படாமல், தனக்கான உள்ளீடுகளைத் தானே உருவாக்கிக்கொள்ளும் செயற்கை நுண்ணறிவு இயந்திரங்கள் அதிகரிக்கத் தொடங்கும்போது இயந்திரங்கள்மீதான மனிதர்களின் சார்புத்தன்மை இன்னும் அதிகரிக்கவே செய்யும். மனிதர்களின் சார்புத்தன்மை அதிகரிக்க அதிகரிக்க மனிதர்களின் ரசனைகள், மதிப்பீடுகள் எல்லாவற்றையும் செயற்கை நுண்ணறிவு எந்திரங்களே கட்டமைக்கும். சுருக்கமாகச் சொல்லப்போனால் ரோபோக்களை மனிதர்கள் உருவாக்கிய காலம்போய் தங்களுக்கேற்ற மனிதர்களை ரோபோக்கள் உருவாக்கும். அந்தக் காலத்தில் கவிஞர்கள் என்ற தேவையில்லாத தொந்தரவு எதற்கு?

ஏ.ஆர்.ரஹ்மான் வருகையின்போது, 'என்ன இருந்தாலும் இளையராஜா பாடல்போல் வராது. ரஹ்மான் பாடல்களை அப்போதைக்கு மட்டும்தான் ரசிக்கமுடியும். காலத்தில் நிலைக்கும் இசையில்லை' என்று ஆறுதலடைந்தோம். இப்போதோ காலத்தில் நிலைக்கும் இசையோ பாடலோ இன்றைய, நாளைய தலைமுறைக்குத் தேவையே இல்லை.

நம் நினைவிலிருந்து பழம்பாடல்களையும் கவிதைவரிகளையும் பகிரும் காலம் மறைந்துகொண்டிருக்கிறது. இனிவரும் தலைமுறைக்கு நினைவே சுமைதான். ஒரு மொபைல்போனிலோ ஒரு லேப்டாப்பிலோ நிரம்பி வழியும் மெமரியை அழித்துவிட்டு புதுவிஷயங்களை உடனுக்குடன் தரவேற்றும் தலைமுறையிது. இப்போது தரவேற்றப்படும் விஷயங்களின் ஆயுளும் குறுகியகாலமே. மீண்டும் மீண்டும் நினைவுகள் அழிக்கப்பட்டு புதிய தருணங்களும் புதிய அனுபவங்களும் தருவிக்கப்படும் காலமிது. உங்கள் முதல் அலைபேசியில் நீங்கள் முதன்முதலாக எடுத்த புகைப்படம் உங்களிடம் இருக்கிறதா என்று பாருங்கள். உங்கள் காதலியின், மனைவியின், மகளின், மகனின் அலைபேசி எண்ணே உங்கள் நினைவில் இருக்கத் தேவையற்ற காலமிது.

நினைவுகளும் நிலைத்தன்மையும் இல்லாத காலத்தில் அமரத்துவம் வாய்ந்த கவிதைகள் யாருக்குத் தேவை? அப்போதைய கணங்களைக் கிளர்த்தும் கவிதைகளை இனி ஓர் எந்திரம் உருவாக்கும்.

நம் கவிஞர்களுக்கு இனி மிச்சமிருக்கும் நம்பிக்கை, விஞ்ஞானத்தின் பலவீனம் மட்டுமே. இன்னும் விஞ்ஞானத்தால் முழுவதுமாக அறியப்படாதது இந்தப் பிரபஞ்சத்தின் அமைப்பும் இயக்கமும் மனித மூளை செயல்படும் விதமும் எல்லைகளற்ற அதன் ஆற்றலுமே. முழுவதுமாக ஒரு மனித மூளை இயங்கும் விதத்தை விஞ்ஞானம் அறியும்வரை நம் கவித்துவத்தின் இடுக்குகளுக்குள் எந்திரத்தின் கரங்கள் நுழைய முடியாது என்று நம்பிக்கிடப்போம்.

(மதுரை வைகை இலக்கியத்திருவிழாவில் கலந்துகொண்டு அதன் அரங்குக்கு வெளியே யவனிகா ஸ்ரீராம், நேசமித்ரன், சுகுணா திவாகருக்கு இடையே நடந்த உரையாடலின்போது பேசப்பட்ட கருத்துகளை – நினைவிலிருந்து தொகுத்து – எழுதப்பட்ட கூட்டுக்கட்டுரை இது)

7
இமையம் என்னும் 'கட்சிக்கார' எழுத்தாளர்

நவீனத் தமிழ் இலக்கியம், அரசியலுடன் இணைந்தும் விலகியும் பயணித்திருக்கிறது. திராவிட இயக்க இலக்கியங்கள், அதற்குப்பின் வானம்பாடி கவிதை இயக்கம், இடதுசாரி அமைப்புகளின் கலை இலக்கிய அமைப்புகளைச் சேர்ந்தவர்களின் படைப்புகள் ஆகியவற்றில் நேரடி அரசியல் பேசப்பட்டிருக்கிறது. இத்தகைய படைப்புகளை மாற்றுக் குறைந்த எழுத்துகளாகவே அணுகிவந்த நவீன இலக்கியவாதிகள், இவற்றில் அழகியல் இல்லை, வெளிப்பாட்டு நுட்பமில்லை, உரத்த குரல், பிரச்சார இலக்கியம் என்று புறம் தள்ளினர். இந்நிலையில், 80-களின் இறுதியில் தொடங்கி 2000 தொடக்கம் வரை தமிழ் இலக்கிய வெளியில் நடைபெற்ற கோட்பாட்டு விமர்சன உரையாடல்கள், மரபான நவீன இலக்கியவெளியில் பாரிய அதிர்வுகளை ஏற்படுத்தின.

அரசியலற்ற இலக்கியம் என ஏதுமில்லை, இலக்கியத்தில் புனிதமில்லை, மொழியில் அதிகாரமிருக்கும்போது மொழிச் செயற்பாட்டுக் களங்களான இலக்கியத்திலும் அதிகாரம் இருக்கத்தான் செய்யும் என்ற விமர்சனக் குரல்கள் நவீன இலக்கியத்தின் தூய்மைவாதத்தைத் தகர்த்தன. அரசியலைப் பேசுவதே தகாத செயல் என்று நினைத்த நவீன இலக்கியவெளியில் தலித், பெண் போன்ற அடையாளங்களின் அடிப்படையில் இலக்கியங்கள் எழுதப்பட்டு, அவற்றில் அரசியலும் முன்வைக்கப்பட்டு அவையும் நவீன இலக்கியத்தின் ஒருபகுதியாக ஏற்கப்பட்டன.

ஆனாலும் அரசியல் என்றால் அது இடதுசாரி, தலித் மற்றும் தேசிய இன அரசியல்; அதுவே மாற்று அரசியல் என்பதான நிலைப்பாடே முன்வைக்கப்பட்டது. மய்யநீரோட்ட அரசியல் இயக்கங்களில் இருப்பது என்பதும்கூட ஏற்கத்தக்கவையாக இல்லை என்னும் நிலையே நீடித்தது.

திராவிட இயக்கத்தின் முக்கியத்துவத்தைப் பேசுவது, குறிப்பாகப் பெரியாரை மறுவாசிப்பு செய்வது என்னும் போக்கு தொடங்கிப் பின் பெரியார் மற்றும் திராவிட இயக்கம் மீதான தலித் விமர்சனப் போக்கு, அதையொட்டிய விவாதங்கள் என சிறுபத்திரிகைச் சூழலில் தொடர்ச்சியாக செயற்பாடுகள் நிகழ்ந்தாலும் திராவிட இயக்க இலக்கியங்கள் குறித்து பெரியளவில் உரையாடல் நடைபெறவில்லை என்றே சொல்லலாம்.

இத்தகைய சூழலில் இலக்கிய விழாக்கள் தொடங்கி சிறுபத்திரிகைகளின் நேர்காணல் வரை கறுப்பு – சிவப்பு கரை வேட்டியுடன் காட்சியளிக்கும் இமையத்தை எப்படி மதிப்பிடுவது?

இமையம் பிறப்பால் ஒரு தலித் என்றாலும் தன் படைப்புகள் தலித் இலக்கியம் என்றோ தன்னைத் தலித் எழுத்தாளர் என்றோ அழைக்கப்படுவதை ஏற்றுக்கொள்பவர் இல்லை. கிட்டத்தட்ட அவரின் நேர்காணல்கள் எல்லாவற்றிலும் இதுகுறித்தும் அவருடைய தி.மு.க அடையாளம் குறித்தும் கேள்விகள் கேட்கப்பட்டு பதில் அளித்திருப்பார். இத்தனைக்கும் இமையத்தின் முதல் நாவலான 'கோவேறு கழுதைகள்' நாவலே தலித்துகளின் உள் முரண்பாடுகளைப் பற்றிய நாவல். அதனாலேயே வரவேற்பையும் விமர்சனத்தையும் ஒருசேரப்பெற்ற நாவல்.

'பெத்த்தவன்' நாவல் அதற்கடுத்து இலக்கிய வெளியையும் தாண்டி பொதுச்சூழலில் கவனம் பெற்ற இமையத்தின் படைப்பு 'பெத்தவன்'. திவ்யா – இளவரசன் காதல், இருவரின் திருமணம், திவ்யா தந்தையின் மரணம், தர்மபுரி நாயக்கன்கொட்டாயில் தலித் குடியிருப்புகள்மீது நடத்தப்பட்ட தாக்குதலைத் தொடர்ந்து இமையத்தின் 'பெத்தவன்' கதை குறித்த உரையாடல்கள் உருவாயின.

இவை மட்டுமல்ல, இமையத்தின் கணிசமான படைப்புகள் தலித் மக்களை மையப்படுத்தியவை. பெரும்பாலான கதைகளில் பெண்கள் முதன்மைப் பாத்திரங்கள். ஆனால், 'தலித்தியப் படைப்பு எழுத வேண்டும், பெண்ணியப் படைப்பு எழுத வேண்டும் என்றெல்லாம் நான் திட்டமிடவில்லை. நான் என் வாழ்க்கையை எழுதுகிறேன். அதில் தலித்துகளும் பெண்களும் இருக்கிறார்கள், அவ்வளவுதான்' என்பதுதான் இமையத்தின் நிலைப்பாடாக இருக்கிறது.

மாடுகளுக்கிடையிலான ஓட்டப் பந்தயத்தில், தலித் ஒருவரின் மாடு வென்றதால் நிகழும் கொலையை; அது எப்படி ஒரு தலித் சிறுவனின் கல்வியை பாதிக்கிறது என்பதைப் பேசுகிறது 'நன்மாறன்

கோட்டைக்கதை'. ஜல்லிக்கட்டு என்பதை மையமாக வைத்து ஆளும் அரசுகளுக்கு எதிரான அதிருப்தியுணர்வுகளை ஒன்றுசேர்த்த, தமிழடையாளங்களுக்குப் புத்துயிரூட்டிய, உலகையே திரும்பிப் பார்க்க வைத்த போராட்டம் தமிழகத்தில் நடந்தது. ஆனால், தமிழர்களின் மரபடையாளமாகப் புனிதப்படுத்தப்படும் இத்தகைய வீர விளையாட்டுக்குள் செயற்படும் சாதிய அதிகாரத்தைத் துணிச்சலுடன் முன்வைத்தது 'நன்மாறன் கோட்டைக்கதை'.

அதேபோல் மயிலாடுதுறை அருகே தலித் ஒருவரின் பிணம் பொதுப்பாதையில் செல்ல அனுமதிக்கப்படாமல், காவல்துறையே எடுத்துச் சென்றதைச் செய்தியாகப் படித்திருப்போம். அந்தக் காவலர்களில் ஒருவரின் பார்வையிலிருந்து சாதிய மனநிலையை விவரிக்கிறது 'போலீஸ்' சிறுகதை.

'தலைக்கடன்', 'ஆலடி பஸ்', 'ஆண்டவரின் கிருபை' போன்ற சிறுகதைகள் தொடங்கி 'வாழ்க வாழ்க' நாவல் வரை இமையத்தின் கதைகள் பெண்கள் பிரச்னைகளை மையம் கொண்டவை. ஆனாலும் அவர் தலித் இலக்கியம், பெண்ணிய இலக்கியம் ஆகிய வகைப்பாட்டை ஏற்றுக்கொள்வதில்லை.

மறுபுறத்தில் இமையத்தைத் திராவிட இயக்க எழுத்தாளர் என்று அடையாளப்படுத்தலாமா?

திராவிட இயக்கம் எழுச்சியுடன் இருந்த காலத்தில் வெளிவந்த படைப்புகளின் எழுத்துமுறையும் இமையத்தின் எழுத்துமுறையும் ஒன்றல்ல. மேலும் ஆட்சி அதிகாரத்தில் அமர்ந்ததற்குப் பிறகு திராவிட இலக்கியம், திராவிட சினிமா செயற்பாடுகள் கிட்டத்தட்ட நின்றுவிட்டன. மேலும் இப்போது கனிமொழி, மனுஷ்யபுத்திரன், சல்மா, தமிழச்சி தங்கப்பாண்டியன் என பல நவீன எழுத்தாளர்கள் திராவிட முன்னேற்றக்கழகத்தில் இருந்தாலும் அவர்களைத் திராவிட இயக்க எழுத்தாளர்கள் என்று யாரும் அடையாளப்படுத்துவதில்லை. அவர்களும் தி.மு.கவும்கூட அப்படி கோருவதில்லை. மேலும், திராவிட இயக்கத்தின் கருத்தியல் மதிப்பீடுகளைத்தான் இவர்களின் படைப்புகள் முற்றாகப் பிரதிபலிக்கின்றன என்றும் சொல்லிவிட முடியாது.

ஆனால், இமையத்தைப் பொறுத்தவரை அவர் தி.மு.க. அடையாளத்தை வெறுமனே புற அடையாளமாக மட்டும் நிறுத்தாமல் தன் உரையாடல்களின் அடையாளமாகவும் மாற்றுகிறார். 'திராவிட இயக்க இலக்கியத்தைப் படிக்காமலேதான் பலர் அது

இலக்கியமில்லை என்று நிராகரித்தார்கள்' என்று சொல்லும் இமையம், அண்ணாவின் 'நீதிதேவன் மயக்கம்', கலைஞரின் 'குப்பைத்தொட்டி', 'சங்கிலிச்சாமி' போன்ற படைப்புகளையும் டி.கே. சீனிவாசன், எஸ்.எஸ். தென்னரசு போன்ற திராவிட இயக்க எழுத்தாளர்கள் குறித்தும் தொடர்ந்து பேசுகிறார். சாகித்ய அகாடமி விருது வாங்கியபோது 'நீதிக்கட்சிக்கு நன்றி' என்றவர் 'பெரியார், அம்பேத்கர், கலைஞருக்கு இந்த விருதை சமர்ப்பிக்கிறேன்' என்றும் சொன்னார்.

ஒருபுறம் 'தலித்துகளின் பிரச்னைகளை, பெண்களின் பிரச்னைகளை எழுதவேண்டும் என்று திட்டமிட்டு எழுதவில்லை' என்று சொல்லும் இமையம்தான் இன்னொருபுறம் கருத்தியல் பரப்புரைக்காகத் திட்டமிடப்பட்ட பிரச்சார இலக்கியங்களைப் புறக்கணிக்கக்கூடாது என்று அதன் முக்கியத்துவத்தை வலியுறுத்தவும் செய்கிறார்.

உண்மையில் இந்த திட்டமிடுதல், தன்னிச்சையான எழுத்து என்னும் வேறுபாடுகள் மிக எளிதில் அழியக்கூடிய கோடுகள்தான். 'என் வாழ்க்கையில் நிகழ்ந்ததைத்தான் எழுதுகிறேன். நான் நடக்கும்போது, பயணிக்கும்போது, ரயில் நிலையங்களில், பேருந்துகளில் கண்ட மனிதர்களைத்தான் எழுதுகிறேன். என் வீட்டுக்கு வந்து உரையாடுபவர்களைத்தான் எழுதுகிறேன்' என்கிறார் இமையம். வாழ்க்கையே எழுத்தாக மாறுகிறது என்பது எவ்வளவு உண்மையோ வாழ்க்கை முழுவதும் எழுத்தாக மாறிவிடுவதில்லை என்பதும் உண்மை.

எது நம்மைப் பாதிக்கிறதோ, தொந்தரவு செய்கிறதோ, விமர்சனம் செய்யத் தூண்டுகிறதோ; எதை நாம் எழுத்தின் மூலம் மற்றவர்களிடம் பகிர்ந்துகொள்ள வேண்டும், பகிர்ந்துகொள்ள முடியும் என்று கருதுகிறோமோ அதுவே எழுத்தாகிறது; படைப்பாகிறது. அந்தவகையில் தேர்ந்தெடுப்பு என்பதும் திட்டமிடலே. இமையத்தின் எல்லா எழுத்துகளும் இந்தத் திட்டமிடப்பட்ட தேர்ந்தெடுப்பை அடிப்படையாகக் கொண்டவையே.

சாதி ஒழிப்பு, கடவுள் மறுப்பு, நிலப்பிரபுத்துவ எதிர்ப்பு, பெண்களுக்கான சுயத்தை வலியுறுத்துதல், நிறுவனங்களையும் அதிகாரத்தையும் கேள்விக்குள்ளாக்குதல், சக மனிதர்கள் மத்தியில் அன்பை முன்வைத்தல் ஆகியவைதான் பழைய திராவிட இயக்க இலக்கியங்கள் வலியுறுத்த விரும்பிய மதிப்பீடுகள் என்றால் இமையத்தின் தற்காலப் படைப்புகளும் அவற்றையே

வலியுறுத்துகின்றன. ஆனால், வேறொரு கதைசொல்லல் முறையில் வேறொரு படைப்பு மொழியில் முன்வைக்கின்றன.

'ஆண்டவரின் கிருபை' என்னும் கதை ஒரேநேரத்தில் கடவுளையும் பிரார்த்தனையையும் கேள்விக்குள்ளாக்குவது, நிறுவனமயமாக்கப்பட்ட மருத்துவ ஊழலை அம்பலப்படுத்துவது, பெண்கள் மீது சுமத்தப்பட்ட குழந்தைப்பேறு என்னும் கடப்பாடு குறித்து உரையாடுவது ஆகியவற்றைச் செய்கிறது. இவற்றைத்தான் திராவிட இயக்கப் படைப்புகளும் செய்தன. அந்தவகையில் திராவிட இயக்க இலக்கியத்தின் நவீனக் குரலாக இமையம் தன்னை நிலைநிறுத்திக்கொள்கிறார்.

கூடுதலாக இமையத்திடம் ஒரு சிறப்பம்சம் உண்டு. அது திராவிட இயக்கத்தின் இடைவெளிகளை, முரண்பாடுகளை, போதாமைகளை, பலவீனங்களை விமர்சனங்களாக்கி அதையும் திராவிட இயக்க இலக்கியத்தின் ஒருபகுதியாக மாற்றுவது. அதைத்தான் 'கட்சிக்காரன்', 'நம்பாளு' சிறுகதைகள் செய்கின்றன.

'கட்சிக்காரன்' சிறுகதை நீண்டகாலமாகக் கட்சியில் இருக்கும் விசுவாசமான தொண்டன் எப்படி புறக்கணிக்கப்படுகிறான். மாறிவரும் சூழலில் கட்சியின் பண்பே எப்படி மாறிக்கொண்டிருக்கிறது என்பதை விமர்சனபூர்வமாக முன்வைக்கிறது. 'நம்பாளு' சிறுகதை, தான் சார்ந்த கட்சியில் உள்ள சாதிய அதிகாரத்தையும் இயல்பாகிப்போன சாதிய மனநிலையையும் வெளிச்சமாக்குகிறது. ஆனால், இதை முன்வைத்து 'திராவிட இயக்கம் என்பதே இடைநிலைச் சாதிகளின் பிரதிநிதித்துவம் கொண்ட தலித் விரோத இயக்கம்' என்று புறக்கணிப்பதில்லை. திராவிட இயக்கத்தின் கொள்கைத் திசை விலகலை, சமத்துவத்துக்கு எதிரான அதிகாரப் படிநிலையைச் சுட்டிக்காட்டிக்கொண்டே திராவிட இயக்கத்தின் தேவையையும் முன்னிறுத்துகிறார்.

'கட்சிக்காரன்', 'நம்பாளு' போன்ற கதைகளைத் தி.மு.க.வினர் எதிர்மறையாகப் பார்க்கவில்லை; மாறாகப் பாராட்டவே செய்தனர். தி.மு.க. என்பது விமர்சனங்களை ஏற்கும் ஜனநாயக இயக்கம்' என்கிறார் இமையம். ஒருவகையில் 'கோவேறு கழுதைகள்' நாவலுக்காக வந்த எதிர்மறை விமர்சனங்கள் அளவுகூட இந்தக் கதைகளுக்காக வரவில்லை என்றே அவரது தொடர்ச்சியான கூற்றுகளின் வழியாக அறிய முடிகிறது.

கறாரான விமர்சகர்கள் அ.தி.மு.கவைத் திராவிடக் கட்சியாக ஏற்றுக்கொள்வதில்லை. ஆனால், பொதுவெளியில் திராவிடக்

கட்சியாக அறியப்பட்ட அ.தி.மு.க, பார்ப்பனரல்லாதார் இயக்கத்தின் வழியாகத் தோன்றிய கட்சியின் தலைமைப் பதவிக்கு வந்த ஜெயலலிதா என்னும் பார்ப்பனப் பெண்மணி, அவர் கட்சிக்கு உள்ளேயும் வெளியேயும் உருவாக்கிய பண்பு மாற்றங்களை விமர்சிக்கக்கூடிய நாவல் 'வாழ்க வாழ்க'. காசு கொடுத்து கூட்டத்துக்கு அழைத்துச் செல்லப்படுபவர்கள், குறிப்பாகப் பெண்கள் எவ்வளவு அவதிக்குள்ளாக்கப்படுகிறார்கள் என்பதை விவரிக்கிறது. அ.தி.மு.க. குறித்த விமர்சன நாவல் என்றாலும் தி.மு.க.விலும் ஆங்காங்கே உருவாகியிருக்கும் இந்தப் போக்கு குறித்த நுட்பமான விமர்சனங்கள் உண்டு.

13 ஆண்டுகால அரசியல் வனவாசத்தில் ஆட்சி அதிகாரத்திலிருந்து தள்ளி நிறுத்தப்பட்ட தி.மு.க சோதனைக் காலங்களில் உயிர்ப்புடன் இருந்ததற்கு முக்கியக் காரணம் கலைஞர் என்னும் தலைவருக்கும் அவர் உடன்பிறப்புகளுக்கும் இருந்த உணர்வுரீதியிலான நெருக்கம். தேர்தல்களில் வெல்லாவிட்டாலும் கலைஞரின் கூட்டம் என்றால் திரளும் லட்சக்கணக்கான தொண்டர்களே தி.மு.க.வின் அடையாளம். ஆனால், இந்தத் தன்னெழுச்சியான பங்கேற்புகள் குறைந்து, அழைத்து வரப்பட்டவர்களைக் கொண்டு ஏற்பாடு செய்யப்படுகிற கூட்டங்களாகத் திராவிடக் கட்சிகளின் கூட்டங்கள் மாறிவிடும் அவலத்தை 'வாழ்க வாழ்க' நாவலில் முன்வைக்கிறார் இமையம். அந்தவகையில் தொடர்ச்சியான விமர்சனங்கள் மூலம் தேக்கத்தைக் குலைத்து, நீரோட்டத்தை முன்தள்ளும் எழுத்தியக்கம் இமையத்தின் படைப்புகள்.

இமையம் படைப்புகளின் மையமே 'விமர்சனம்' என்பதே என் வாசிப்பு, அவர் தன் விமர்சனங்களைப் படைப்புகளாக மாற்றுகிறார். படைப்புகளுக்கு அப்பாலும் தொடர்ச்சியாக விமர்சனத்தை முன்வைப்பவர் இமையம். 'தமிழின் தவிர்க்க முடியாத எழுத்தாளர்', 'நவீன இலக்கியத்தில் தடம் பதித்த படைப்பாளி' போன்ற சம்பிரதாயமான மொழிதலை, படிக்காமலே திராவிட இயக்க எழுத்துகள் இலக்கியமில்லை என்று நிராகரிக்கப்படும் போக்கை, புத்தக விமர்சனங்கள் என்ற பெயரில் முன்வைக்கப்படும் மதிப்புரை, பாராட்டுரைகளை என்று அவர் தொடர்ச்சியாக விமர்சனங்களை முன்வைத்துக்கொண்டே இருக்கிறார். படைப்புக்கு உள்ளும் வெளியிலும் இமையம் என்பது கறுப்பு-சிவப்பு கரைவேட்டி கட்டி நடமாடும் விமர்சனம்தான். எனவே, இமையத்தை விமர்சனப் படைப்பாளி என்று வரையறுக்கலாம் என்று கருதுகிறேன்.

8

ஜெயமோகன்: அறியாமை, ஆணவம், அற்ப எழுத்து

(ஜெயமோகன் தமிழின் எழுத்தாளர்களில் குறிப்பிடத்தக்கவர். அதேநேரத்தில் தன் எழுத்துகளில் திராவிட, மார்க்சிய வெறுப்பை முன்வைக்கும் இந்துத்துவ எழுத்தாளர். எந்த ஒரு பிரச்னை குறித்தும் போதிய அறிவோ புரிதலோ இல்லாமல் அரை உண்மைகளையும் முழுப்பொய்களையும் கொண்டு ஜெயமோகன் எழுதியவை ஏராளம். பரவலான வாசிப்போ, தேடலோ இல்லாமல் ஜெயமோகன் எழுதுவதுதான் உண்மை என்று மயங்கும் வாசகர்களும் உண்டு. ஜெயமோகனின் இத்தகைய போக்குகள் குறித்து நான் அவ்வப்போது தொடர்ச்சியாக விமர்சித்து எழுதியிருக்கிறேன். வெவ்வேறு சந்தர்ப்பங்களில் ஜெயமோகனின் அறியாமையையும் நேர்மையற்ற செயலையும் முன்வைத்து எழுதப்பட்ட மூன்று பதிவுகளை இங்கு தொகுத்திருக்கிறேன்.)

***

மார்க்ஸுக்கும் மாவோவுக்கும் வித்தியாசம் தெரியாத ஜெயமோகன்

இயக்குநர் வெற்றிமாறன் இரண்டு வகையில் முக்கியமானவர். அரசியல் சினிமாக்களைக் கலை நேர்த்தியுடன் எடுப்பவர். இயக்குநர் மகேந்திரனுக்குப் பிறகு இலக்கியங்களைத் திரைப்படமாக்கும் சவாலை வெற்றிகரமாகக் கையாள்பவர். என் 'அரசியல் சினிமாக்களும் சினிமாக்களின் அரசியலும்' நூலை அவருக்கும் சமர்ப்பித்திருந்தேன். சந்திரகுமாரின் 'லாக்கப்', பூமணியின் 'வெக்கை' நாவலைத் தொடர்ந்து ஜெயமோகனின் 'துணைவன்' என்னும் சிறுகதையைப் படமாக்கவிருக்கிறார் என்று செய்திகள் வருகின்றன. இந்தமுறை வெற்றிமாறன் சறுக்கியிருக்கிறார் என்றே சொல்லவேண்டும்.

மார்க்சிய-லெனினிய இயக்கத்தைச் சேர்ந்த கோனார் என்பவரை என்கவுண்டர் செய்வதற்காக இரு காவலர்கள்

அழைத்துச்செல்கிறார்கள். அவர்களுக்கிடையில் நடைபெறும் உரையாடலே 'துணைவன்' சிறுகதை. நக்சலைட், என்கவுண்டர் என்னும் விஷயங்கள் வெற்றிமாறனை ஈர்த்திருக்கலாம். ஆனால் இந்தச் சிறுகதை அடிப்படையில் ஆளும் வர்க்கக் கண்ணோட்டத்தோடு கம்யூனிஸ்ட்களை இழிவு செய்வது.

தமிழகத்தில் உள்ள பெரும்பாலான மா-லெ குழுக்களில் எனக்கு நண்பர்கள் உண்டு. ஆனால் ஜெயமோகன் கதையில் வரும் 'கோனார்' மாதிரியான கேரக்டரை எந்த இயக்கத்திலும் நான் சந்தித்ததில்லை. மா-லெ இயக்கத்தைச் சேர்ந்தவர்கள் கறாராக இருப்பவர்கள். தாங்கள் நம்பும் பாதையே சரியென கருதுபவர்கள். மிக மிக எளிமையானவர்கள். எல்லா விஷயங்களையும் மார்க்சிய கண்ணோட்டத்தில் அணுக முயல்பவர்கள். எப்படியாவது தன் எதிரில் உள்ளவரை வென்றெடுக்க வேண்டும் என்று முயல்பவர்கள்.

ஆனால் 'துணைவன்' கதையில் வரும் கோனாரோ அப்படியான எந்த இயல்பும் கொண்டவர் அல்ல. ஏட்டிக்குப்போட்டி பேசும் நொணநாட்டியம் கொண்டவர். 'ஏழாம் உலகம்' தொடங்கிப் பல ஜெமோ கதைகளில் வரும் வழக்கமான பாத்திரத்துக்கு சிவப்புச்சட்டை மாட்டியிருக்கிறார். வடமாநிலத்தில் மா-லெ உள்பட பல்வேறு முற்போக்கு இயக்கங்களில் இருப்பவர்களும்கூட சாதிப்பெயர் தாங்கியவர்கள்தான். ஆனால் தமிழகத்தில் அப்படியில்லை. அவர்களுக்கு நிஜப்பெயர் ஒன்றும் அமைப்புப்பெயர் ஒன்றும் இருக்கும். ஆனால் எனக்குத் தெரிந்து எந்த மா-லெ இயக்கத்திலும் இப்படி 'கோனார்' என்று அமைப்புப்பெயர் சூட்ட மாட்டார்கள்.

இந்தக் கதையில் வரும் கோனாரும் மார்க்சிய அடிப்படையில் எந்த சமூகப்பிரச்னையையும் பேசுவதில்லை. காந்தி, யேசு, அன்பு மற்றும் பேச்சுப்போட்டியில் கலந்துகொள்ளும் எட்டாம் வகுப்பு மாணவன் பேசும் விஷயங்களையே பேசுகிறார்.

'கோனார்' சொல்வதாகக் கதையில் வரும் வாக்கியம் இது.

"அதிகாரம் துப்பாக்கிக் குழாய் வழியான்னுதானே மார்க்ஸ் சொல்றார்..."

உண்மையில் இதைச் சொன்னது மார்க்ஸ் அல்ல, மாவோ. 'துப்பாக்கிக் குழலில் இருந்துதான் அதிகாரம் பிறக்கும்' என்னும் வரி மா-லெ இயக்கத்தில் பலமுறை மேற்கோள் காட்டப்பட்ட வரி. இந்திய நக்சல்பாரி இயக்கம் மாவோவின் தாக்கத்தால் உருவானது.

மார்க்ஸுக்கும் மாவோவுக்கும் வித்தியாசம் தெரியாத ஒரு கூமுட்டை மார்க்சிய-லெனினிய இயக்கத்தில் இருப்பது ஜெயமோகன் சிறுகதையில் மட்டும்தான் சாத்தியம்.

இந்தக் கதை நக்சல்பாரிகள் பற்றிக் காட்டும் சித்திரம் இதுதான். அவர்கள் போலீஸ்காரர்களை இரக்கமற்றுக் கொல்வார்கள். மா-லெ இயக்கங்களுக்குள் கருத்துமுரண்பாடுகள் வரும்போது அம்மா, ஆத்தா என்று வசைபாடுவார்கள். அவர்களுக்குள் ஆயுதமோதல்களும் சகோதரப்படுகொலைகளும் நிகழும்.

மா-லெ குழுக்களுக்குள் கடுமையான கருத்துமுரண்கள் உண்டு. இந்தியச் சமூகத்தை எப்படி வரையறுப்பது என்பதில் தொடங்கி புரட்சி நடைபெறும் முறை, தலைமை தாங்கும் வர்க்கம், சாதி, மதம், தேசிய இனப்பிரச்னைகள் ஆகியவை குறித்து தீவிரமான கருத்துமுரண்பாடுகள் முன்வைக்கப்பட்டிருக்கின்றன. மார்க்ஸ், லெனின், மாவோ மேற்கோள்களை வைத்து மேற்கோள் யுத்தங்கள் நடப்பதுண்டு. ஆனால் இந்தக் கதையில் சித்திரிக்கப்படுவதைப்போல 'அம்மா, ஆத்தா' என்று அவர்கள் வசைபாடுவதில்லை.

அழித்தொழிப்பை வழிமுறையாகக் கொண்ட நக்சல்பாரி இயக்கம் பல்வேறு குழுக்களாகச் சிதறுண்டுபோனது. அதில் பெரும்பாலான மா-லெ குழுக்கள் ஆயுதப்பாதையை ஒத்திவைத்துவிட்டு மக்கள்திரள் பாதைக்கு வந்தன. லிபரேஷன் போன்ற சில மா-லெ அமைப்புகள் தேர்தல்களிலும் பங்கேற்கின்றன. ஈழத்தில் நடந்ததைப்போல மா-லெ குழுக்களுக்குள் சகோதரப்படுகொலைகள் பெரிதாக நடந்ததில்லை, அதிலும் குறிப்பாகத் தமிழகத்தில்.

இந்தக் கதை எழுதப்பட்ட காலகட்டத்தில் மக்கள் யுத்தக்குழு, மாவோயிஸ்ட் சென்டர் என்ற இரு அமைப்புகள் மட்டுமே ஆயுதப்போராட்டத்தில் ஈடுபட்டிருந்தன. பிறகு இரு அமைப்புகளும் ஒன்றிணைந்து 'மாவோயிஸ்ட் கட்சி'யாக உருப்பெற்றது. தமிழகத்தில் மா-லெ இயக்கத்திலிருந்த தோழர்.தமிழரசன் அதிலிருந்து விலகித் தமிழ்த்தேசியத்தை ஏற்று 'தமிழ்நாடு விடுதலைப்படை'யை உருவாக்கினார். தமிழரசன் மறைவுக்குப் பிறகு தமிழ்நாட்டு விடுதலைப்படையில் குழுமோதல்கள் நடந்ததும் சில கொலைகள் நடந்தன என்பதும் உண்மைதான். ஆனால் இதை மா-லெ இயக்க சகோதரப்படுகொலைகள் என்று அடையாளப்படுத்த முடியுமா என்பது சந்தேகமே. மேலும் 'துணைவன்' கதையில் வரும் 'கோனார்' இந்தியப் புரட்சியை ஏற்றுக்கொண்டவர்.

எல்லாவற்றையும் விட ஜெயமோகன் கம்யூனிஸ்ட்களை எவ்வளவுதூரம் கொச்சைப்படுத்தியிருக்கிறார் என்பதற்குக் கீழ்க்கண்ட வரிகளே சாட்சி.

என்கவுண்டர் செய்வதற்கு முன் ஒரு போலீஸ், 'நீ தப்பிச் செல்ல வேண்டியதுதானே?' என்று கேட்கிறார். அதற்கு 'கோனார்' சொல்லும் பதில் இது.

> "ஓடலாம். ஆனா எப்டியும் இந்த வருசத்துக்குள்ள எங்க எதிர்கோஷ்டிங்க என்னை கொன்னிருவாங்க. என்ன? அது எனக்கு கேவலம். என்ன? போலீஸ் சுட்டு நான் செத்தாத்தான் எனக்கு மதிப்பு. நான் சாகவேண்டிய விதம் அதுதான்... எங்கியாம் எனக்கு ஒரு நினைவுசின்னம் வைப்பாங்க. ஆண்டுதோறும் ஒண்ணுரெண்டு அஞ்சலிக்கட்டுரை எழுதுவாங்க... அதுக்காகத்தான் இவ்ளவு பாடுபட்டேன்..., என்ன? அதான் சரியான முடிவு" என்றார் கோனார்.

- வன்மமும் வெறுப்பும் நிறைந்த ஒரு வலதுசாரி எழுத்தாளனால் மட்டும்தான் இத்தகைய அவதூறு வரிகளை எழுத முடியும்.

தமிழாசிரியராக இருந்து நக்சலைட்டாக மாறியவர் கோனார். அவரிடம் ஒரு திருக்குறள் சொல்லச்சொல்லிக் கேட்கிறார் காவலர்.

> "துப்பார்க்கு துப்பாய துப்பாக்கி துப்பார்க்கு துப்பாயதூம் மழை" என்றார் கோனார் "நல்ல பாட்டு இல்ல? அந்தக்காலத்திலேயே துப்பாக்கியப்பத்தி பாடியிருக்கார்"

இப்படியான கொடூர நகைச்சுவைகளும் இந்தக் கதையில் உண்டு.

வெற்றிமாறனைப் பொறுத்தவரை ஒரு சிறுகதையையோ நாவலையோ அப்படியே படமாக எடுப்பவரல்ல. அதைச் செழுமைப்படுத்தி அதற்கொரு இணைக்கதையோ பின்கதையோ இணைத்து கலைப்படைப்பாக உருவாக்குபவர். இந்தக் கதையையும் நக்சல்பாரி செயற்பாட்டாளரின் அரசியல் வாழ்க்கைப்பின்னணி, என்கவுண்டருக்குப் பின்னுள்ள அரசியல் ஆகியவற்றை இணைத்துத்தான் படமாக்குவார் என்று கருதுகிறேன். ஆனால் அதற்கான கதையல்ல இது.

ஏற்கெனவே 'அசுரன்' படத்தில் திருநெல்வேலியில் பஞ்சமி நிலம் இருந்ததாகக் காட்டப்பட்டதும் கம்யூனிஸ்ட்கள் பஞ்சமி மீட்புப் போராட்டம் நடத்தியதாகக் காட்டப்பட்டதும் தவறான தகவல்கள்

என்பதைப் பலர் சுட்டிக்காட்டியிருக்கிறார்கள். இப்போது அவர் படமாக்கத் தேர்ந்தெடுத்திருப்பதாகச் சொல்லப்படும் இந்தக் கதையோ வன்மமும் வரலாற்றுத்தகவல் பிழைகளும் நிரம்பிய கதை.

நக்சல்பாரிகளின் அரசியல் வாழ்க்கையையும் என்கவுண்டருக்குப் பின்னுள்ள அரசியலையும் சொன்ன ராமச்சந்திரன் நாயரின் 'நான் வாழ்ந்தேன் என்பதற்கான சாட்சி', குளச்சல் முகம்மது யூசுப் மொழிபெயர்த்த 'நக்சலைட் அஜிதாவின் நினைவுக்குறிப்புகள், பாட்டாளியின் 'கீழைத்தீ', பாரதிநாதனின் 'தறியுடன்' என்று தமிழில் அசலாகவும் மொழிபெயர்ப்பாகவும் கணிசமான நூல்கள் உள்ளன.

5, டிசம்பர் 2020

★★★

அறியாமையால் மீண்டும் அம்பலப்பட்ட ஜெயமோகன்

(ஜெயமோகனின் 'துணைவன்' படத்தை அடிப்படையாகக் கொண்டதாகச் சொல்லப்பட்டு வெற்றிமாறன் 'விடுதலை' என்ற படத்தை இயக்கினார். ஆனால் ஜெயமோகனின் 'துணைவன்' சிறுகதையில் இருந்து ஒருவரிகூட அந்தப்படத்தில் காட்சிப்படுத்தப்படவில்லை. வெற்றிமாறனின் 'விடுதலை – பாகம் 1' குறித்து வரவேற்பும் விமர்சனங்களும் வந்தநிலையில் தன் 'துணைவன்' சிறுகதை குறித்தும் நக்சல்பாரிகள் குறித்தும் (வழக்கம்போல்) ஜெயமோகன் தப்பும் தவறுமாக எழுதியபோது என் எதிர்வினைப்பதிவு)

ஜெயமோகன் வலைத்தளத்தில் எழுதிய கட்டுரைக்கான சுட்டி: *https://www.jeyamohan.in/181618/*

ஒருவகையில் இதை ஜெயமோகனின் தன்னிலை விளக்கம் என்று சொல்லலாம். எப்படி தன்னுடைய 'துணைவன்' சிறுகதை கம்யூனிஸ்ட் எதிர்ப்பு சிறுகதை என்பதையும் தன்னுடைய அரசியலே கம்யூனிஸ்ட் எதிர்ப்பு அரசியல்தான் என்பதையும் கொஞ்சம் நேர்மையாக, விரிவாக எழுதியிருக்கிறார். அதற்காக ஜெயமோகனைப் பாராட்டியே ஆகவேண்டும்.

அதேநேரம் இந்தக் கட்டுரையில் வழக்கம்போல் ஏராளமான தகவல்பிழைகள். 'எம்.எல். அமைப்புகளின் தலைமைச் சிந்தனையாளரும், எம்.எல் அமைப்புகளையே நிறுவியவருமான மருதையன்' என்று ஜெயமோகன் எழுதுவது ஓர் உதாரணம். இந்திய கம்யூனிஸ்ட் கட்சி - மார்க்சிஸ்ட் லெனினிஸ்ட் (மாநில அமைப்புக்கமிட்டி) என்னும் மா.லெ அமைப்பின்

வெகுஜன அமைப்பான மக்கள் கலை இலக்கியக்கழகத்தின் பொதுச்செயலாளராக இருந்தவர்தான் மருதையன். அவர் எம்.எல். அமைப்புகளை நிறுவியவர் அல்ல.

'1988 முதல் சோவியத் ருஷ்யாவின் வீழ்ச்சி தொடங்கியது. அது எம்.எல். குழுவினர்கள் நடுவே அவநம்பிக்கையை உருவாக்கியது. 'தேசிய இனப்பிரச்சினை' சார்ந்த விவாதங்கள் உருவாயின. அதை தொடர்ந்து எம்.எல். இயக்கங்கள் உடைந்துகொண்டே இருந்தன. அதாவது இந்தியா என்பது ஒரு தேசிய இனமா, அல்லது தமிழர் தனி தேசிய இனமா என்னும் விவாதம்' என்று ஜெயமோகன் எழுதுவதும் மாபெரும் தகவல்பிழை.

சோவியத் யூனியன் உடைவுக்கு முன்பே மா.லெ இயக்கங்களில் தேசிய இனப்பிரச்னைகள் குறித்த விவாதங்கள் தொடங்கிவிட்டன. தமிழரசனின் 'தமிழ்நாடு விடுதலைப்படை', சோவியத் யூனியன் வீழ்ச்சிக்கு முன்பே தொடங்கப்பட்ட இயக்கம். தமிழரசனே சோவியத் யூனியன் உடைவதற்கு முன்பு 1987லேயே இறந்துவிட்டார். இன்னும் சொல்லப்போனால் ஜெயமோகன் சொல்வதைப்போல் சோவியத் யூனியன் வீழ்ச்சிக்கும் மா.லெ இயக்கங்களில் நடைபெற்ற தேசிய இனப்பிரச்னை குறித்த விவாதங்களுக்கும் எந்தச் சம்பந்தமும் இல்லை. சோவியத் யூனியனை எதிர்நிலையில் நிறுத்தி 'சமூக ஏகாதிபத்தியம்' என்று விமர்சித்தவர்கள் நக்சல்பாரிகள்.

மேலும் தேசிய இனப்பிரச்னை குறித்த விவாதங்கள் மா.லெ இயக்கங்களில் மட்டும் நடக்கவில்லை. இந்திய கம்யூனிஸ்ட் கட்சி, மார்க்சிஸ்ட் கம்யூனிஸ்ட் கட்சி உள்ளிட்ட கட்சிகளிலும் விவாதங்கள் நடந்து கருத்து மாறுபாடுகள் கொண்டவர்கள் அந்தக் கட்சிகளில் இருந்து வெளியேறி, தேசிய இன விடுதலை இயக்கங்களைத் தொடங்கினார்கள். தமிழகத்தை எடுத்துக்கொண்டால் தோழர். பெ.மணியரசன் நக்சல்பாரி இயக்கத்தில் இருந்தவர் அல்ல. சி.பி.எம்மில் இருந்து பிறகு வெளியேறி எம்.சி.பி.ஐ என்னும் அமைப்பைத் தொடங்கி, பிறகு தமிழ்த்தேசியவாதியாக மாறியவர். தோழர் தியாகு நக்சல்பாரி இயக்கத்தில் இருந்து அழித்தொழிப்பில் ஈடுபட்டு மரணதண்டனைக் கைதியாகச் சிறையில் இருந்தவர். சிறையிலேயே மனமாற்றம் ஏற்பட்டு நக்சல்பாரி இயக்கத்திலிருந்து விலகி சி.பி.எம்மில் இணைந்து பிறகு தேசிய இனப்பிரச்னைகளில் கருத்துமாறுபாடு ஏற்பட்டு தமிழ்த்தேசியவாதியானவர்.

மார்க்ஸ், லெனின், ஸ்டாலின், ட்ராட்ஸ்கி, இந்திய இடதுசாரி இயக்க வரலாறு, நக்சல்பாரி குழுக்கள் என எதைப்பற்றியும் அடிப்படைத்

தகவல்களே தெரியாமல் ஜெயமோகன் எப்படி 'பின் தொடரும் நிழலின் குரல்' என்னும் தடிமனான புத்தகத்தை எழுதினார் என்பது ஆச்சர்யமாக இருக்கிறது. திராவிட இயக்கம், கம்யூனிஸ்ட் இயக்கம் பற்றி ஓரளவுக்கு எனக்குத் தெரியும் என்பதால் ஜெயமோகன் எழுத்துகளில் உள்ள பிழைகளைச் சுட்டிக்காட்ட முடிகிறது. நமக்குத் தெரியாத விஷயங்கள் குறித்தும் ஜெயமோகன் நீளநீளமாக எழுதித் தள்ளுகிறார். அதில் எல்லாம் எத்தனை அரை உண்மைகள, முழுப்பொய்கள், தகவல்பிழைகள் இருக்கின்றனவோ!

'துணைவன்' சிறுகதையில் ஜெயமோகன் முன்வைக்கும் அரசியல் என்ன என்பதை அவரே இந்தக் கட்டுரையில் சொல்லியிருக்கிறார்.

'உலகம் முழுவதும் உள்ள கம்யூனிஸ்ட் இயக்கங்களின் செயற்பாடுகள், போராட்டங்கள், கருத்துமாறுபாடுகள், பிளவுகள் எல்லாவற்றுக்கும் அடிப்படை கொள்கையோ மக்கள்நலனோ அல்ல. தனிநபர்களுக்கு இடையிலான ஈகோ, அதிகாரப்போட்டி, கீழறுப்பு வேலைகள், தன்னகங்காரம், அவ்வளவுதான்! அப்படிப்பட்ட ஒரு நபர்தான் கோனார் என்னும் நக்சலைட்' - இதுதான் 'துணைவன்' சிறுகதையில் ஜெயமோகன் முன்வைக்கும் அரசியல்.

எல்லா இயக்கங்களிலும் இருப்பதைப்போல் கம்யூனிச இயக்கங்களிலும் தனிநபர் ஈகோ, அதிகாரப்போட்டி இருந்திருக்கலாம். ஆனால் ஒட்டுமொத்தமாக கம்யூனிச இயக்கங்களில் நடைபெற்ற தத்துவ விவாதங்கள், சித்தாந்த மோதல்கள், பிளவுகள் எல்லாவற்றையும் தனிநபர் ஈகோவாக சுருக்கி சித்திரிப்பது வரலாற்று அநீதி. இப்படித்தான் திராவிட இயக்க வரலாறு என்பதே எம்.ஜி.ஆர் - கலைஞர் என்னும் இரு தனிநபர்களுக்கு இடையிலான ஈகோ மோதல், அவர்களின் பெண் தொடர்புகள் என்று சித்திரித்து மணிரத்னம் 'இருவர்' திரைப்படத்தை எடுத்தார். ஜெயமோகன் 'துணைவ'னில் செய்ததும் அதுவே என்று அவரே சொல்கிறார்.

இதுவரை இடதுசாரி சிந்தனைகளை முன்வைத்து அரசியல் சினிமாக்களை எடுத்த வெற்றிமாறன் நக்சலைட்டுகளைக் கொச்சையாகச் சித்திரிக்கும் ஜெயமோகனின் கதையை ஏன் தேர்ந்தெடுக்க வேண்டும் என்பதுதான் முதன்முதலில் எழுந்த கேள்வி. அந்தக் கேள்வி நியாயப்படுத்துவதைப் போலத்தான் ஜெயமோகனின் இந்தப் பதிவும் இருக்கிறது.

இதில் திருமாவளவனை இழுத்து எழுதுவது என்பது பசுமாட்டைப் பனைமரத்தில் கட்டும் கதைதான். தன்னகங்காரம் நிரம்பிய,

தன் தியாகத்தையே பேரம் பேசும் கோனார் பாத்திரத்தைப் படிக்கும்போது ஒருவருக்குத் திருமாவளவன் ஞாபகம் வந்தால் அவர் திருமாவளவனை அவமானப்படுத்துகிறார் என்று அர்த்தம்.

இன்னும்கூட விரிவாக எழுதலாம். ஆனால் சுயமோகத்தைத் தாண்டி சுயவிமர்சனம் என்றால் என்னவென்றே தெரியாத ஜெயமோகனிடம் அது என்ன மாற்றத்தை ஏற்படுத்திவிடப் போகிறது?

எனக்கு இருக்கும் ஆச்சர்யம் எல்லாம் ஒன்றுதான்.

'துணைவன்' சிறுகதையில் கோனார் தன்னகங்காரம் நிரம்பிய, தன் தியாகத்தையே பேரம் பேசும் கீழான பாத்திரம். ஆனால் 'விடுதலை' திரைப்படத்திலோ பெருமாள் வாத்தியார், லட்சியவாதமும் சாகசவாதமும் கொண்ட போராளி. முதல் பாகத்தின் இறுதியில் காட்டப்படும் இரண்டாம் பாகத்தின் காட்சிகளைப் பார்க்கும்போதும் அது 'துணைவன்' கதைக்கு நேர்மாறாகத்தான் இருக்கும் என்று தெரிகிறது. இன்னும் சொல்லப்போனால் ஒரு நக்சல்பாரி போராளிக்கும் போலீஸ்காரருக்கும் நடக்கும் உரையாடல் என்ற சிறுபுள்ளியைத் தாண்டி 'துணைவன்' கதைக்கும் 'விடுதலை' திரைப்படத்துக்கும் எந்தச் சம்பந்தமும் இல்லை.

ஜெயமோகன் ஓர் அரசியல் நோக்கத்துடன் ஒரு கதை எழுதுகிறார். அந்தக் கதையைப் பயன்படுத்திக்கொண்டு, அதற்கு முற்றிலும் நேர்மாறாக ஒரு திரைப்படம் உருவாகிறது என்றால் அந்த முரணைத்தானே அவர் நேர்மையாகப் பேச வேண்டும். அதைவிட்டு விட்டு ஏன் வேறு விஷயங்களை வளவள என்று பேசுகிறார்?

11, ஏப்ரல் 2023

★★★

வைக்கம் – அம்பலப்பட்டும் நாணம் கொள்ளாத ஜெயமோகன்

(2010இல் ஜெயமோகன் வைக்கம் போராட்டம் குறித்தும் அதில் பெரியாரின் பங்கு குறித்தும் பல அவதூறுகளை முன்வைத்திருந்தார். அதை மறுத்து ஆதாரங்களுடன் நான் எழுதிய மறுப்புகள், என் 'பெரியார் : அறம், அரசியல், அவதூறுகள்' நூலில் உள்ளன. அதற்குப்பிறகும் ஜெயமோகனின் அவதூறுகளை அம்பலப்படுத்தும் ஏராளமான கட்டுரைகளும் புத்தகங்களும் தமிழில் எழுதப்பட்டுவிட்டன. எல்லாவற்றுக்கும் கள்ளமௌனம் சாதித்த ஜெயமோகன், 13 ஆண்டுகளுக்குப் பிறகு 2013இல் வைக்கம் போராட்ட நூற்றாண்டுவிழா கொண்டாட்டப்பட்டபோது தன் விஷக்கொடுக்கை வெளியே நீட்டியபோது எழுதப்பட்டது)

'ஈ.வெ.ரா வைக்கம் போராட்டத்தைத் தொடங்கவில்லை, நடத்தவில்லை, முடிக்கவில்லை. அதில் பங்கெடுத்தார், அவ்வளவுதான். அது காந்தியப் போராட்டம்' - இந்தப் பல்லவியைத்தான் இப்போது ஜெயமோகன் மறுபடி மறுபடி பாடி வருகிறார். சரி, முதலில் இதை யார் மறுத்தார்கள்? யாராலும் மறுக்கப்படாத 'உண்மைகளை' நிரூபிக்க ஏன் ஜெயமோகன் மெனக்கெட வேண்டும்?

வைக்கம் போராட்டத்தைத் தான்தான் தொடங்கியதாக பெரியாரே சொன்னதில்லை. ஏற்கெனவே கேரளத்தில் நடந்துகொண்டிருந்த போராட்டத்தில் கலந்துகொள்ளத் தனக்கு அழைப்பு வந்ததாகத்தான் அவரே பதிவு செய்திருக்கிறார். நான் தமிழில் படித்த எந்தப் பதிவுகளிலும் வைக்கம் போராட்டத்தைப் பெரியார் தொடங்கியதாகவோ முடித்ததாகவோ குறிப்பிடப்படவில்லை.

periyar launched vaikom struggle என்று பாடப்புத்தகத்தில் குறிப்பிடப்பட்டிருப்பதாக ஜெயமோகன் எழுதியிருந்தார். நான் தமிழ்வழிக்கல்வியில் படித்தவன். நான் படித்த பாடப்புத்தகங்களில் 'வைக்கம் போராட்டத்தில் பெரியார் கலந்துகொண்டார், சிறைசென்றார்' என்றுதான் இருந்ததே தவிர, அவர்தான் வைக்கம் போராட்டத்தையே தொடங்கினார் என்று எங்கும் இல்லை. ஜெயமோகன் குறிப்பிடும் பாடப்புத்தகம் சி.பி.எஸ்.இ பாடப்புத்தகமா, ஸ்டேட் போர்டா, மெட்ரிகுலேஷனா? அல்லது தனக்குத்தானே வாசகர் கடிதம் எழுதிக்கொள்வதைப்போல் ஜெயமோகனே கற்பனையில் உருவாக்கிய பாடப்புத்தகமா?

வைக்கம் போராட்டம் ஒரு காந்தியப் போராட்டம் என்பதையும் யாரும் மறுக்கவில்லை. ஏனெனில் போராட்டத்தைத் தொடங்கிய டி.கே.மாதவன் ஒரு காந்தியவாதி, போராட்டத்தில் கலந்துகொண்ட பெரியாரும் அன்றைய காலகட்டத்தில் காந்தியவாதி. வைக்கம் போராட்ட வெற்றிவிழாவுக்குத் தலைமை தாங்கிய பெரியாரும்

"தெருவில் நடக்க உரிமை கேட்பவர்களைச் சிறைக்கு அனுப்பிய அரசாங்கம், தெருவில் நடப்பதற்கு இப்போது நமக்கு வேண்டிய உதவி செய்ய முன் வந்திருப்பதைப் பார்த்தால் சத்தியாக்கிரகத்திற்கும், மகாத்மாவிற்கும் எவ்வளவு சக்தி இருக்கிறதென்பது விளங்கும்" என்றே பேசினார்.

காந்தியின் அனுமதியும் ஆசியும் பெற்றே வைக்கம் போராட்டம் தொடங்கப்பட்டது. போராட்டத்தின் ஒவ்வொருகட்ட

நடவடிக்கைகளும் அவருக்குத் தெரிவிக்கப்பட்டன. போராட்டம் தன் இலக்கை எட்ட காந்தியின் வருகை முக்கியமான காரணம்.

அதேநேரத்தில் தொடக்கத்திலிருந்தே அர்ப்பணிப்புடன் ஈடுபட்ட மாற்று மதத்தவர்கள் போராட்டத்திலிருந்து விலக வேண்டும், பஞ்சாபிலிருந்து வந்த சீக்கியர்கள் போராளிகளுக்கு உணவு வழங்கக்கூடாது, சனாதனிகள் சத்தியாக்கிரகிகள் கண்ணில் சுண்ணாம்பைத் தடவிக் கொடுமைப்படுத்தினாலும் எதிர்வினை செய்யக்கூடாது, பட்டினிப்போராட்டம் இருக்கக்கூடாது என்பது போன்ற காந்தியின் நிலைப்பாடுகள் போராட்டத்தில் எதிர்விளைவுகளை ஏற்படுத்தவும் செய்தன. இதைப் போராட்டக் காலத்திலேயே ஜார்ஜ் ஜோசப் விமர்சித்திருக்கிறார். கேரளத்தலைவர்களிடம் அதிருப்தியும் விமர்சனங்களும் இருந்திருக்கின்றன.

ஒருவர் காந்தியின் நிலைப்பாடு சரி என்று வாதிடலாம். அதற்கு உரிமையுண்டு. ஆனால் காந்தி மீது விமர்சனங்களே வைக்கப்படவில்லை என்று சொல்வது வரலாற்றைச் சோற்றுக்குள் மறைப்பது.

சரி, *periyar launched vaikom struggle* என்று ஒரு பாடப்புத்தகத்தில் தவறாகக் குறிப்பிடப்பட்டிருக்கிறது என்றே வைத்துக்கொள்வோம். பாடப்புத்தகத்தின் ஒரு வரியை மறுப்பதற்காக ஏன் இவ்வளவு பொய்கள்?

'ஈ.வெ.ரா வைக்கம் போராட்டத்தை தொடங்கவில்லை, நடத்தவில்லை, முடிக்கவில்லை. அதில் பங்கெடுத்தார், அவ்வளவுதான். அது காந்தியப் போராட்டம்' என்று மட்டும் இப்போதைப்போல் ஜெயமோகன் எழுதியிருந்தால் அதற்கு இவ்வளவு மறுப்புகளும் எதிர்வினைகளும் வந்திருக்காது. ஆனால் ஜெயமோகன் அத்துடன் நிறைய பொய்களையும் சேர்த்து எழுதினார்.

'ஈ.வெ.ரா வைக்கம் போராட்டத்துக்குச் சென்றபோது அவருக்குத் தமிழ்நாட்டு அரசியலில் எந்த இடமும் இல்லை. பலரும் போராட்டத்தில் கலந்துகொண்டார்கள். அவரும் அதில் ஒருவர். பலரும் சிறைக்குச் சென்றார்கள். அவரும் அதில் ஒருவர். அதைத்தாண்டி அவருக்குப் போராட்டத்தில் எந்த முக்கியத்துவமும் இல்லை. 'வைக்கம் வீரர்' என்று பெரியார் அழைக்கப்பட்டதை வரலாற்றாசிரியர்கள் நமட்டுச் சிரிப்புடன் பார்த்தார்கள். அவருக்கு

'வைக்கம் வீரர்' என்ற பிம்பத்தை உருவாக்கியது திராவிட ஆட்சியாளர்கள்தான்'

இவை ஜெயமோகன் சொன்ன பொய்கள். இவையெல்லாம் எப்படி பொய்கள் என்பதை நான் ஆதாரத்துடன் நிறுவியிருக்கிறேன்.

பெரியார் வைக்கம் போராட்டத்தில் கலந்துகொள்ளச் சென்றபோது அவர் 'தமிழ்நாட்டு அரசியலில் எந்த இடமும் இல்லாத' யாரோ ஒருவரில்லை; அவர் தமிழ்நாடு காங்கிரஸ் கமிட்டியின் தலைவர். தன் பொறுப்புகளை ராஜாஜியிடம் ஒப்படைத்துவிட்டுத்தான் அவர் வைக்கம் கிளம்பிச்சென்றார். இதுகுறித்த சுதேசமித்திரன், தி இந்து பதிவுகளை நான் பதிவு செய்திருக்கிறேன்.

பெரியாரின் வருகை வைக்கம் போராட்டத்தில் ஏற்படுத்திய தாக்கம் குறித்து திருவிதாங்கூர் கவர்னர் ஜெனரலின் ஏஜெண்டாக இருந்த சி.டபிள்யூ.இ.காட்டன் சென்னை ராஜதானி தலைமைச் செயலாளருக்கு எழுதிய கடிதம், திருவனந்தபுரம் கேரள பல்கலைக்கழக வரலாற்றாசிரியர் டாக்டர் டி.கே.ரவீந்திரன் எழுதிய 'Eight Furlongs Of Freedom' நூலில் உள்ள பதிவுகள் முன்வைக்கப்பட்டுள்ளன. அதிலும் காட்டன் 'Mr. Ramasami Naicker arrived on that day from Erode to take charge of the campaign' என்று தெளிவாகவே அரசுக்கு அறிக்கை அனுப்பியிருக்கிறார்.

பெரியாரின் செயற்பாடுகள் அரசுக்கு அச்சுறுத்தலாக இருந்ததால்தான் அவர் திருவிதாங்கூர் சமஸ்தானத்தில் பேசவே கூடாது என்று முதலில் தடை, பிறகு கோட்டயம் மாவட்டத்திலிருந்தே வெளியேற வேண்டும் என்ற உத்தரவும் பிறப்பிக்கப்பட்டது.

தடைகளை மீறியதால்தான் பெரியார் சிறைப்படுத்தப்பட்டார். அதுவும் கேரளத்தைச் சேர்ந்த தலைவர்கள் அரசியல் கைதிகளாகச் சிறைப்படுத்தப்பட்டபோது பெரியார் மட்டும் கைகளிலும் கால்களிலும் விலங்கு பூட்டப்பட்டு கடுங்காவல் சிறைத்தண்டனைக்கு உட்படுத்தப்பட்டார். தனக்கு விதிக்கப்பட்ட இத்தகைய சிறைத்தண்டனை குறித்து பின்னாளில் பெரியார் எங்கேயும் அலட்டிக்கொண்டதில்லை. ஆனால் ராஜாஜியும் திரு.வி.கவும் பதறிப்போய்க் கண்டித்து எழுதினார்கள். கேரள முன்னணித் தலைவர் கே.பி.கேசவமேனன் பெரியாரின் கடுமையான தண்டனையை நீக்கும்படி முறையிட்டும் பலனில்லை. இதை வைக்கம் போராட்டம் நிகழ்ந்துகொண்டிருந்தபோதே அவர் எழுதிய 'பந்தளத்தில் நின்னு' புத்தகத்தில் பதிவு செய்த ஆதாரமும் முன்வைக்கப்பட்டுள்ளது.

மேலும் பெரியாரை முதன்முதலில் 'வைக்கம் வீரர்' என்றழைத்தவர் திரு.வி.க. வைக்கம் போராட்டத்தில் பெரியாரின் பங்களிப்பைப் பாராட்டித் தீர்மானம் நிறைவேற்றியதும் அவருக்கு 'வைக்கம் வீரர்' பட்டம் அளித்ததும் 1925இல் காஞ்சிபுரத்தில் நடந்த சென்னைமாகாணக் காங்கிரஸ் மாநாடுதான். அதாவது பெரியாரை வைக்கம் வீரராகச் சிறப்பித்தது திராவிட இயக்கமல்ல, ஜெயமோகனின் மொழியில் சொல்வதாக இருந்தால் காந்திய இயக்கமே.

இவ்வளவு ஆதாரங்களும் முன்வைக்கப்பட்டுத்தான் ஜெயமோகனின் பொய்கள் முறியடிக்கப்பட்டுள்ளன. ஆனால் இதுகுறித்து அவர் மூச்சே விடாமல் மீண்டும் மீண்டும் இரண்டுவரிகளைப் பிடித்துத் தொங்குகிறார்.

'வைக்கம் போராட்டத்தில் கலந்துகொண்டபோது ஈ.வெ.ராவுக்குத் தமிழ்நாட்டு அரசியலில் எந்த இடமும் இல்லை என்று தவறாக எழுதிவிட்டேன். அவர் அப்போது தமிழ்நாடு காங்கிரஸ் கமிட்டி தலைவர். தகவல் பிழைக்கு வருந்துகிறேன்' என்று ஒரு இடத்திலும் அவர் எழுதவில்லை. உண்மையிலேயே ஓர் ஆய்வாளரின் நேர்மை அதுதான். ஆனால் ஆய்வு நேர்மையும் அறிவு நாணயமும் இல்லாமல் ஜெயமோகன் மீண்டும் மீண்டும் வாதங்களைத் திசை திருப்புகிறார்.

காந்தியும் பெரியாரும் வாழ்நாள் முழுதும் மாற்றுத்தரப்புகளுடன் உரையாடியவர்கள். தங்கள் தவறுகளைச் சுய விமர்சனத்துடன் வெளிப்படையாக முன்வைத்தவர்கள். உண்மையில் காந்தி குறித்தோ பெரியார் குறித்தோ ஒரு வார்த்தையும் எழுதுவதற்குத் தகுதியில்லாத மனிதர் ஜெயமோகன். அறியாமையும் ஆணவமும் நிரம்பிய அற்ப எழுத்தாளர்.

இதுமட்டுமல்ல, வைக்கம் விவாதங்கள் நடந்த காலகட்டத்தில் எழுத்தாளர் ஞாநி, தன் வீட்டில் எழுத்தாளர்களை அழைத்து 'கேணி கூட்டம்' நடத்திக்கொண்டிருந்தார். அப்படி அழைக்கப்பட்ட ஒரு கூட்டத்தில் கலந்துகொண்ட ஜெயமோகனிடம் 'பெரியார் வைக்கம் போராட்டத்தில் எத்தனைமுறை கலந்துகொண்டார்?' என்ற கேள்வி முன்வைக்கப்பட்டது. 'ஒருமுறை' என்றார் ஜெயமோகன். உண்மையில் பெரியார் இரண்டுமுறை சிறைப்படுத்தப்பட்டார்.

இப்படி அடிப்படைத் தகவல்களே தெரியாமல்தான் ஜெயமோகன் வைக்கம் குறித்த அவதூறுகளை அவிழ்த்துவிட்டார். இப்போது

வைக்கம் போராட்டம் குறித்த வரலாற்றுச்சித்திரத்தை எழுதப்போவதாகத் தெரிவித்துள்ளார்.

இவர் எழுதிக்கிழிப்பது இருக்கட்டும். கிட்டத்தட்ட இரண்டு ஆண்டுகள் நடந்த போராட்டம் குறித்து பத்து ஆண்டுகள் உழைத்து கேரள ஆவணங்களைத் திரட்டி பழ.அதியமான் ‘வைக்கம் போராட்டம்’ நூலை 646 பக்கங்களில் எழுதியுள்ளார். இது பெரியாரின் புகழ் பாடும் புத்தகமில்லை. வைக்கம் போராட்டத்தில் பெரியாரின் பங்களிப்பு குறித்து ஒரே ஓர் அத்தியாயம்தான் உண்டு. அதேபோல் வைக்கம் போராட்டத்தில் காந்தியின் பங்களிப்பு குறித்தும் விரிவான அத்தியாயம் உண்டு. இதைத்தாண்டி வைக்கம் போராட்டத்தின் ஒவ்வொருநாளும் டைரிக்குறிப்புகளைப் போல் பதிவு செய்யப்பட்டிருக்கின்றன. டி.கே.மாதவன், கே.பி. கேசவமேனன், ஜார்ஜ் ஜோசப், கேளப்பன், குரூர் நீலகண்டன் நம்பூதிரி, கோவை அய்யாமுத்து, எம்பெருமாள் நாயுடு, மன்னத்து பத்மநாபன், நாராயணகுரு, அய்யப்பன் என்ற சத்தியவிரதன், சேலம் வரதராஜுலு, சீனிவாச அய்யங்கார், பி.டபிள்யூ.செபாஸ்டின், தாணுமாலயப்பெருமாள் என்று பலரது பங்களிப்புகளும் பதிவு செய்யப்பட்டுள்ளன.

ஆனால் ஜெயமோகன் ‘இதை ஓர் ஆய்வுநூல் என்று ஆய்வு என்றால் என்ன என்று அறிந்த, ஆய்வில் நேர்மை என ஒன்று உண்டு என்று உணர்ந்த எவரும் ஒப்புக்கொள்ள மாட்டார்கள்’ என்று ஒற்றைவரியில் புறம்தள்ளினார். உண்மையில் ஜெயமோகன் எழுதிய அந்த வரி, அவரே அறியாமல் தன்னைப் பற்றி தானே எழுதிய வரி.

ஜெயமோகனுக்கு இருப்பது பெரியாரியக் காழ்ப்பு. காந்தியவாதி, நேருவியன், அம்பேத்கரிஸ்ட், அயோத்திதாசர் ஆய்வாளர் என்று பல அடையாளங்களில் இருக்கும் சிலரும் தங்கள் பெரியார் மீதான வன்மத்தைக் காட்ட ஜெயமோகன் பஜனையில் இணைகிறார்கள். வேடிக்கை என்னவென்றால் இவர்களில் சிலர் காந்தியைக் கடுமையாக விமர்சித்தவர்கள். இப்போது பெரியாரைக் காலி செய்ய திடீர் காந்தி பாசம் காட்டுகிறார்கள். ஆனால் இவர்கள் யாரும் பழ.அதியமான் நூல் உள்பட முன்வைக்கப்பட்ட எந்த ஆதாரத்தையும் மறுத்து எதுவும் எழுதவில்லை.

‘வைக்கம் வீரர்’ என்ற பட்டம் பெரியார் பிச்சை கேட்டுப்பெற்றதில்லை. அல்லது ‘நான்தான் தமிழின் நம்பர் 1 எழுத்தாளன்’ என்று ஜெயமோகனே சொல்லிக்கொள்வதைப்போல் பெரியார் தனக்குத்தானே சூட்டிக்கொண்ட பட்டமும் அல்ல.

அது அவருக்கு வரலாறு வழங்கியது. மக்கள் பிரச்னைகளுக்காக ஒரு புல்லைக்கூட பிடுங்கிப்போடாத அற்பப்புழுக்கள் ஒத்துக்கொண்டாலும் ஒத்துக்கொள்ளாவிட்டாலும் பெரியார் வைக்கம் வீரர்தான்.

1, ஏப்ரல் 2023

★★★

'தலித் ஆதரவு' என்னும் தந்திரம்

(ஒருபுறம் பெரியார், திராவிட இயக்கம், இடதுசாரிகள் குறித்து வெறுப்பெழுத்துகளை முன்வைக்கும் ஜெயமோகன் இன்னொருபுறம் அணைத்து கெடுக்கும் தந்திரமாக அவ்வப்போது விடுதலைச்சிறுத்தைகள் அமைப்பின் தலைவர் தோழர்.தொல்.திருமாவளவனைப் புகழும் அரசியல் தந்திரத்தை அம்பலப்படுத்தி எழுதிய பதிவு)

தோழர் தொல்.திருமாவளவனின் மணிவிழாவுக்கு ஜெயமோகன் அழைக்கப்பட்டு, அவர் வர இயலாத சூழலில் திருமா குறித்து ஒரு நீண்ட பாராட்டைப் பதிவுசெய்திருக்கிறார் ஜெயமோகன். ஒரு விழாவுக்கு யாரை அழைக்கலாம், யாரை அழைக்கக்கூடாது என்பது விழா ஏற்பாட்டாளர்களின் உரிமை. ஆனால் அதேநேரத்தில் எந்த ஓர் செயல்பாடும் அரசியல் விமர்சனங்களுக்கு அப்பாற்பட்டதல்ல.

ஜெயமோகன் இப்போது மட்டுமல்ல, தொடர்ச்சியாகவே திருமாவளவனைப் பாராட்டிவருகிறார். திருமாவளவனின் 'அமைப்பாய்த் திரள்வோம்' நூல் வெளியீட்டு விழாவில் கலந்துகொண்டு அவர் ஆற்றிய உரை, அபத்தத்தின் உச்சம். அரசியல்நீக்கம் செய்யப்பட்ட இலக்கியங்களையே முன்னிறுத்தும் ஜெயமோகனின் இலக்கியத்தூய்மைவாதம் புரிந்துகொள்ளக்கூடியது, விமர்சனத்துக்குரியது. ஆனால் கால்நூற்றாண்டுக்கும் மேலாகத் தொடர் அரசியற்செயற்பாடுகளில் ஈடுபட்டுவரும் ஒருவரையே அரசியல்நீக்கம் செய்து புகழுரைகளை முன்வைக்க முடியுமென்றால் அது அறியாமையின்பாற்பட்டதோ அப்பாவித்தனமானதோ அல்ல, அபாயகரமானது.

சாதிய ஒடுக்குமுறையில் பாதிக்கப்பட்ட மக்களுக்காகக் களத்தில் நிற்பதாலேயே திருமாவளவனைத் தான் பேராளுமை என்று புகழ்வதாக ஜெயமோகன் சொல்லிக்கொள்கிறார். ஆனால் சாதிய ஒடுக்குமுறை, அதற்கு எதிரான எதிர்வினை என்றளவில் திருமாவளவன் தன் பணிகளைச் சுருக்கிக்கொள்வதில்லை.

அவருக்கென்று உறுதியான, தெளிவான அரசியல் சித்தாந்த நிலைப்பாடு இருக்கிறது.

திருமாவளவ்னின் அரசியல் என்ன? சாதி எதிர்ப்பு, சனாதன பார்ப்பனிய எதிர்ப்பு. 'நாங்கள் இந்துக்கள் அல்ல' என்ற பிரகடனம், பௌத்தத்தைப் பார்ப்பனியத்துக்கு மாற்றாக நிறுத்துதல், இந்துத்துவ எதிர்ப்பு, ஒற்றை இந்திய தேசிய எதிர்ப்பு, தமிழ்த்தேசியம், ஈழ ஆதரவு. இதில் எந்தப்புள்ளியிலாவது ஜெயமோகன் திருமாவளவனை அடையாளம் கண்டு இணையும் சாத்தியமுண்டா?

ஜெயமோகன் தொடர்ச்சியாக இந்துமத அடையாளத்தைப் பெருமையுடன் முன்வைப்பவர், முஸ்லீம்களைப் பழமைவாதிகளாகவும் பயங்கரவாதிகளாகவும் சித்திரிப்பவர், தேசிய இனப்பிரச்னைகளின் தனித்துவத்தை மறுத்து ஒற்றைத் தேசியத்தைத் தீவிரத்துடன் வலியுறுத்துபவர், பெண்களையும் பெண் எழுத்தாளர்களையும் எவ்வளவு முடியுமோ அவ்வளவுதூரம் இழிவுபடுத்துபவர். திருமாவளவன் தன் கருத்தியல் முன்னோடிகளாக முன்னிறுத்தும் அம்பேத்கர், பெரியார் குறித்து ஜெயமோகன் முன்வைத்த அவதூறுகளை பா.பிரபாகரன், நான் உள்பட பலரும் மறுத்து தமிழ்ச்சூழலில் விரிவாக எழுதியிருக்கிறோம்.

திருமாவளவன் ஆதரிக்கும், திருமாவளவனை ஆதரிக்கும் நட்புச்சக்திகள் யார்? பெரியாரியவாதிகள், கம்யூனிஸ்ட்கள், தி.மு.க, பெண்ணியவாதிகள், இஸ்லாமிய அமைப்புகள், தமிழ்த்தேசியவாதிகள், ஈழ ஆதரவாளர்கள். இவர்களில் ஜெயமோகனால் இழிவுபடுத்தப்படாத, அவதூறு செய்யப்ப்டாத ஒருவர்கூட கிடையாது.

கொளத்தூர்மணி மாதிரியான பெரியாரியக்கத்தலைவர்கள், ஜவாஹிருல்லா போன்ற இஸ்லாமிய இயக்கத்தலைவர்களைப் பயங்கரவாதிகளாகவே சித்திரித்திருக்கிறார். கம்யூனிச இயக்கங்கள், அதன் எழுத்தாளர்கள், இலக்கிய அமைப்புகள் குறித்தும் அவதூறுகள்.

ஜெயமோகன் காந்தியை முன்வைப்பராகத் தன்னை முன்னிறுத்துக்கொண்டாலும் அதற்கும் அவர் நேர்மையாக இருந்தவர் கிடையாது. முஸ்லீம்களை நேசசக்தியாகப் பார்த்த காரணத்தாலேயே இந்துத்துவவாதிகளால் கடுமையாக எதிர்க்கப்பட்டு கொலை செய்யப்பட்டவர் காந்தி. ஆனால் ஜெயமோகனோ முஸ்லீம்கள் குறித்தும் முஸ்லீம் இயக்கங்கள் குறித்தும் அவதூறுகளை அள்ளிவிட்டவர். வன்முறைக்கு எதிரானவர் காந்தி. ஆனால்

ஜெயமோகனோ எல்லாவகையான அரச பயங்கரவாதங்களையும் ஆதரிப்பவர். வடகிழக்கு மாநிலப் போராளிகளை அந்நியநிதி பெறும் தேசவிரோதிகள் என்று தொடர்ந்து எழுதி வருபவர். உளவுத்துறை அதிகாரிகளின் கருத்தையே தன் கருத்தாகத் தொடர்ந்து முன்னிறுத்துபவர். 'இந்திய அமைதிப்படை பாலியல் வன்முறையில் ஈடுபடவில்லை' என்று எழுதி அம்பலப்பட்டவர். மரணதண்டனையையும் வேளச்சேரி என்கவுண்டரையும் ஆதரித்த அவருக்கும் காந்தியத்துக்கும் என்ன தொடர்பிருக்க முடியும்?

இலக்கியத்தளத்திலும்கூட மாற்றுச்சக்திகள் குறித்த அவதூறுகளையே ஜெயமோகன் முன்வைத்துள்ளார். அ.மார்க்ஸ் உள்ளிட்ட நிறப்பிரிகை குழுவினரைத் தலித் விரோத இடைநிலைச்சாதிகள் என்றார். எஸ்.வி.ஆர் அந்நிய நிதி பெறுபவர் என்றார். கி.ராஜநாராயணனுக்கு எதிராக வன்கொடுமை தடுப்புச்சட்டத்தில் புகார் கொடுத்தவர்கள் தமிழ்நாடு முற்போக்கு எழுத்தாளர்கள் கலைஞர்கள் சங்கத்தைச் சேர்ந்தவர்கள் என்றும் சுந்தரராமசாமியின் 'பிள்ளை கெடுத்தாள்விளை'க்கு எதிராகத் தலித்முரசு ஏற்பாடு செய்த கூட்டத்தை 'சுந்தரராமசாமி ஆதவன் தீட்சண்யாவால் வேட்டையாடப்பட்டபோது' என்றும் கொஞ்சமும் கூசாமல் பொய்களை முன்வைத்தவர் ஜெயமோகன்.

தமிழகத்தில் அரசியல் மற்றும் இலக்கியக்களத்தில் செயற்பட்ட, செயற்படும் அத்தனை ஆளுமைகள் குறித்தும் ஜெயமோகன் அவதூறுகளையும் பொய்களையும் முன்வைத்திருக்கிறார். அவற்றையெல்லாம் தொகுத்தால் ஜெயமோகனின் நூல்கள் அளவுக்குக் கனமானவையாக இருக்கும். இன்றைக்குத் திருமாவளவன் அடைந்திருக்கும் இடத்தை உருவாக்கிய ஆளுமைகளையும் அவரது கருத்தியல் நட்புச்சக்திகளையும் தொடர்ந்து அவதூறு செய்துவரும் ஜெயமோகன் திருமாவளவனை மட்டும் அவரது அரசியலில் இருந்து பிரித்து புகழ்வதற்கு என்ன காரணமிருக்க முடியும்? அது ஓர் எளிய தந்திரம்தான்.

2000 - காலகட்டத்தில் பெரியாரையும் திராவிட இயக்கத்தையும் கம்யூனிஸ்ட்களையும் தலித்துகளுக்கு எதிராக நிறுத்தும் விலகல்வாத தலித்தியம் தோன்றியது. அரசியல் அமைப்புகளில் தலித்துகளின் பிரதிநிதித்துவம் குறித்தும் தலித் இயக்க வரலாறு குறித்தும் அதன் விமர்சனக் குரல்கள் முக்கியமானவை. பெரியாரிஸ்ட்கள், தி.மு.க, கம்யூனிஸ்ட்கள் அந்தக் குரல்களின் மூலம் சில மாற்றங்களையும் உள்வாங்கிக்கொண்டனர்.

ஆனால் அந்த விலகல்வாத தலித்தியம் தலித் அரசியலை ஒரு குறுகிய சாதி அரசியலாக மாற்றியது. பெரியார், திராவிட இயக்கம், கம்யூனிஸ்ட்களைத் தலித்துகளுக்கு எதிராக நிறுத்தியதுடன் தலித்துகளை இந்துத்துவத்துக்கு ஒப்புக்கொடுத்தது. இளையராஜாவின் மோடி ஆதரவுக்கு முட்டுக்கொடுப்பது வரை பல விளைவுகளை நாம் புரிந்துகொள்ள முடியும். அடிப்படையில் சனாதன இந்துத்துவ எழுத்தாளரான ஜெயமோகன் இந்த விலகல்வாத தலித்தியத்தைத் தனக்குச் சாதகமாகப் பயன்படுத்துவதன் இன்னொரு பக்கம் அயோத்திதாசரையும் திருமாவளவனையும் புகழ்வது. அவர்களது கருத்தியல் அடிப்படைகளைக் காலிசெய்து, அரசியல்நீக்கம் செய்து நிறுத்துவதுடன் 'தலித் ஆதரவாளர்' என்ற பட்டத்தையும் சுலபத்தில் பெற்றுக்கொள்ள முடியும் என்ற தந்திரம்தான்.

9
கலைஞர் ஒரு கருத்தியல் ஆயுதம்

இந்த ஆண்டு கலைஞர் நூற்றாண்டு. வாழ்வாங்கு வாழ்ந்த, மிகச்சில இந்திய அரசியல் தலைவர்களில் கலைஞரும் ஒருவர்.

அதனாலேயே இந்திய விடுதலைப்போராட்டம், சுயமரியாதை இயக்கம், இந்தி எதிர்ப்புப் போராட்டம், திராவிடநாடு கோரிக்கை, ஈழப்போராட்டம், எமெர்ஜென்சி, இந்துத்துவ அரசியல் எழுச்சி, தலித், முஸ்லீம் போன்ற அடையாள அரசியல் அடிப்படையிலான இயக்கங்கள், உலகமயமாக்கல், நவீனத்தொழில்நுட்பம் என ஏராளமான மாற்றங்களைத் தன் கண்முன் கண்டவர். அதேபோல் அவர் எதிர்கொண்ட களங்களும் எதிரிகளும்கூட ஏராளம். ஒரு நீண்ட வரலாற்றின் சாட்சியமாக இருந்த கலைஞர், அந்த வரலாற்றைத் தீர்மானிக்கும் காரணிகளில் ஒருவராகவும் வரலாற்றின் ஒருபகுதியாகவும் மாறிப்போனவர். அதனால்தான் கலைஞரைப் பற்றிப் பேசுவது வரலாற்றைப் பற்றிப் பேசுவதாகவும் கலைஞரை அறிந்துகொள்வது வரலாற்றை அறிந்துகொள்வதாகவும் இருக்கிறது.

கலைஞர் என்னும் மனிதரை நாம் எப்படி புரிந்துகொள்ளலாம்? ஓர் எழுத்தாளராக, திரைப்படம் என்னும் மாபெரும் செல்வாக்கு பெற்ற ஊடகத்தில் மகத்தான தாக்கம் செலுத்திய படைப்பாளியாக, இதழியலாளராக, சிந்தனையாளராக, ஆட்சியாளராக, அரசியல் தலைவராக... என்று சொல்லிக்கொண்டே போகலாம். தான் வாழும் காலத்தில் இத்தனைத் தளங்களிலும் இயங்கி எல்லாத் தளங்களிலும் குறிப்பிடத்தக்க தாக்கத்தை ஏற்படுத்திய தலைவர் என்றால் அது கலைஞர் மட்டுமே.

'ஓய்வெடுக்காமல் உழைத்தவர் இங்கே ஓய்வெடுக்கிறார்'.

கலைஞர் தன் கல்லறையில் எழுதச் சொல்லி விரும்பிய வாசகம்.

தன் அரசியல் வாழ்க்கையில் நற்பேறுகளைவிட கெடுவாய்ப்புகளை அதிகம் சந்தித்தவர் கலைஞர். ஒடுக்கப்பட்ட சிறுபான்மைச் சாதியிலிருந்து வந்த அவர் தி.மு.க.வின் தலைவரானதும் தமிழக முதல்வரானதும் சரித்திர சாதனைகள். அப்போது அண்ணாவின் தளகர்த்தர்களாக, தமிழிலும் ஆங்கிலத்திலும் தேர்ச்சி பெற்ற பலர் இருந்தபோது, கிராமப்புறத்திலிருந்து வந்து பள்ளிப்படிப்பை முடிக்காத கலைஞர் தலைமைப் பொறுப்பை அடைய முடிந்தது என்றால், அதற்குக் காரணம் அவருடைய களச்செயல்பாடுகளும் தொண்டர்களுடனான நெருக்கமும் தன்னை நிறுவிக்காட்டிய செயற்பாடுகளும்தான். ஆனால் தமிழக முதல்வராகி மூன்றே ஆண்டுகளில் அவர் நெடுநாளைய நண்பர் எம்.ஜி.ஆர் அரசியல் எதிரியானார். 13 ஆண்டுக்காலம் அவர் ஆட்சிக்காலத்தில் கலைஞர் வனவாசத்தை அனுபவித்தார்.

எம்.ஜி.ஆர் மறைவுக்குப் பின்பும் அவர் நிதானமாக அரசியல் செய்யும் வாய்ப்பை காலம் வழங்கவில்லை. யாரும் எதிர்பார்க்காதபடி ஜெயலலிதா அரசியல் எதிரியின் இடத்தை நிரப்பினார். பகுத்தறிவுக்கு அப்பாற்பட்ட மூர்க்கமும் வன்மமும் நிறைந்த அரசியல் எதிரியான ஜெயலலிதா, எம்.ஜி.ஆர் கருணாநிதிக்கு வழங்கிய மரியாதையைக்கூட வழங்கத் தயாராக இல்லை. தான் முதல்வராகும்போதெல்லாம் கலைஞர் கொண்டுவந்த பல திட்டங்களுக்கு மூடுவிழா நடத்தினார். கருணாநிதியைச் சிறையில் தள்ளுவதை வன்மத்துடன் செய்தார்.

கலைஞர் பலமுறை முதல்வராக இருந்தபோதும் இரண்டுமுறை அவர் ஆட்சி கலைக்கப்பட்டது. ஈழப்பிரச்னைக்காகத் தி.மு.க. கொடுத்த விலைகள் அதிகம். இரண்டில் ஒருமுறை ஆட்சி கலைக்கப்பட்டதற்குக் காரணமே ஈழப்பிரச்னைதான். ராஜீவ்காந்தி கொலையின்போது தி.மு.க.வினரின் உடைமைகள் தாக்கப்பட்டன. ஜெயின் கமிஷனில் தி.மு.கவின் மீது குற்றம் சாட்டப்பட்டது. இத்தனை விலைகளைத் தந்தாலும் தி.மு.க, இலங்கையில் நடைபெற்ற இறுதியுத்தத்தின்போது எடுத்த நிலைப்பாடுகளின் காரணமாக கலைஞர், 'வாழ்நாள் தமிழினத் துரோகி'யாக சிலரால் இன்னும் சித்திரிக்கப்படுகிறார். கலைஞர் ஆட்சிக்காலத்தின்போது எல்லாம் 'விடுதலைப்புலிகள் ஊடுருவல்; சட்டம் ஒழுங்கு கெட்டுவிட்டது; கலைஞர் ஆட்சியைக் கலைக்க வேண்டும்' என்று அறிக்கைகள் கொடுத்து நெருக்கடி கொடுத்த ஜெயலலிதா, 'பிரபாகரனைக் கைது செய்ய வேண்டும்' என்று சட்டமன்றத்தில் தீர்மானம் நிறைவேற்றிய ஜெயலலிதா, 'போர் என்றால் மக்கள் சாகத்தான் செய்வார்கள்' என்று பொன்மொழி உதிர்த்த ஜெயலலிதா

சிலரால் 'ஈழத்தாய்' எனக் கொண்டாடப்பட்டார். அதுதான்! கலைஞர் தன் வாழ்க்கையில் நற்பேறுகளைவிட கெடுவாய்ப்புகளை அதிகம் சந்தித்தார். அவருடைய கொள்கைகள், நிலைப்பாடுகள், செயற்பாடுகள் விமர்சனத்துக்கு அப்பாற்பட்டவை அல்ல. ஆனால் காரணமே இல்லாத வெறுப்பு கலைஞரின்மீது பலருக்கு இருந்தது. பாமர மக்கள் முதல் படித்த மேட்டுக்குடிகள் வரை அவரை வெறுத்தனர். அதற்கு ஆழமான சமூக, அரசியல் காரணங்கள் உள்ளன.

ஆனால் அவருடைய இறுதிக்காலம் அவருடைய உழைப்புக்கும் நிகழ்த்திய சாதனைகளுக்கும் அறிவுக்கூர்மைக்கும் கிடைத்த மரியாதையாக இருந்தது. அவர் மருத்துவமனையில் அனுமதிக்கப்பட்ட நாள் தொடங்கி அவர் இறுதி ஊர்வலம் நடந்த நாள் வரை கலைஞர் கலை, இலக்கிய, அரசியல் தளங்களில் நிகழ்த்திய சாதனைகள் குறித்து மீண்டும் மீண்டும் ஊடகங்கள் பேசின. இன்னும் சொல்லப்போனால் முதல்முறையாகப் பேசின. தமிழக இளைஞர்களுக்குக் கலைஞர் என்னும் வியப்புக்குரிய மனிதரின் ஆளுமை உணர்த்தப்பட்டது.

13 ஆண்டுக்காலம் ஆட்சிப்பொறுப்பில் இல்லாதபோது கலைஞர் போர்க்குணமிக்க எதிர்க்கட்சித் தலைவராக இருந்தார் என்றால் அதற்குக் காரணம் அவருடைய 'உயிரினும் மேலான உடன்பிறப்புகளும்', கலைஞருக்கும் அவர்களுக்கும் இடையிலான காதலையொத்த உறவும்தான். இடையில் தி.மு.க, கார்ப்பரேட் நிறுவனமாக மாறிவிட்டது; தொண்டர்களுக்கு மரியாதை தரப்படவில்லை என்றெல்லாம் பல குற்றச்சாட்டுகள் முன்வைக்கப்பட்டாலும் கலைஞர் தொண்டர்களின் தலைவர்தான், உடன்பிறப்புகளின் உயிரினும் மேலானவர்தான் என்பதை தொண்டர்கள் நிரூபித்தனர். காவிரி மருத்துவமனை வாசலில் கூடிய தி.மு.க. தொண்டர்கள் கண்ணீர் வடித்து பிரார்த்தனைகள் செய்யவில்லை. 'எழுந்து வா தலைவா' என்று முழக்கமிட்டு, தன் தலைவனுக்கு ஆணையிட்டனர். கலைஞரின் வரலாறு சொல்லப்படும்போதெல்லாம் உடன்பிறப்புகளின் 'எழுந்து வா தலைவா' முழக்கமும் பதிவு செய்யப்படும். அவர் இறந்தபிறகும் போராட்ட வாழ்க்கை முடியவில்லை. 'அண்ணா சமாதியில் அவருக்கு இடம் கிடைத்தது' என்ற நீதிமன்ற உத்தரவு கிடைக்கப்பெற்றதும், ஸ்டாலின் தி.மு.கவின் முன்னணித் தலைவர்களின் கைகளைப் பிடித்து நெகிழ்ந்ததும் கொள்கையும் அன்பும் சரிவிகிதத்தில் கலந்த சரித்திரப்பதிவுகள். எத்தனையோ காதலர்கள் தாங்கள் கொடுத்த காதல் வாக்குறுதிகளை மரணத்துக்குப் பின் நிறைவேற்றிய

காவியங்களைப் படித்திருக்கிறோம். ஆனால் 'அண்ணா நான் வரும்போது நீ இரவலாகக் கொடுத்த இதயத்தைக் கொண்டுவந்து உன்னிடம் சமர்ப்பிப்பேன்' என்று கலைஞர் தன் தலைவனுக்காக எழுதிய இரங்கற்கவிதை வரி நிஜமாக வேண்டும் என்பதற்காக, கலைஞரின் உடன்பிறப்புகள் மட்டுமல்ல ஒட்டுமொத்தத் தமிழகமும் வேட்கையில் துடித்ததும் அதற்காக சட்டப்போராட்டம் நடத்தி வெற்றிபெற்று நிகழ்ந்ததும் தமிழகம் தன் கண்முன்னே பார்த்த காப்பியச்சுவை. இலக்கியமாய் வாழ்வதுகூட எளிது. ஆனால் பல இலக்கியங்கள் படைத்த கலைஞர், தன் மரணத்தையும் இலக்கியமாக மாற்றிவிட்டு மறைந்தார்.

கலைஞரின் சாதனைகளைச் சொல்லிக்கொண்டே போகலாம். ஆனால் அவருடைய முக்கியமான சாதனை பழந்தமிழர் உணர்வை தமிழர்களுக்கு விதைத்ததோடு பழமைவாதத்தில் மூழ்கிவிடாமல் அதை நவீனத்துடன் சரிவிகிதத்தில் கலந்த தன்மை. உலகம் முழுக்கவே தொன்மங்களை நினைவூட்டும் வரலாற்று முயற்சிகள் உண்டு. ஆனால் பழந்தமிழர் பெருமிதங்களை முன்வைத்தபோது அதை மதமாகவோ பாசிசமாகவோ மாற்றாமல் அதை சமத்துவம், தேசியம், சமூகநீதி போன்ற நவீனச் சிந்தனைகளுடன் இணைத்த பெருமை தி.மு.க.வுக்கு உண்டு. தமிழின உணர்வு, திராவிடத் தேசியம் பேசியபோதும் அதை பாசிசமாக மாற்றாமல் நெகிழ்வுத்தன்மையுடைய ஒன்றாக முன்வைத்தார் அண்ணா.

வடிவத்திலும் உள்ளடக்கத்திலும் முன்பிருந்த நிலையை மாற்றுவதுதான் நவீனம் என்று வரையறுத்தால் நவீன தமிழ் சினிமாவை உருவாக்கியவர் கலைஞர் என்று சொல்லலாம். 'நவீன இலக்கிய அளவுகோல்களின்படி கலைஞர் எழுத்தாளரே அல்ல' என்று நிராகரிக்கும் நவீன எழுத்தாளர்கள், திரைத்துறையில் இயங்கும் வாய்ப்பு கிடைக்கும்போது அவர்களால் கலைஞரின் வசன உயரத்தை எட்ட முடியவில்லை என்பதைப் பார்க்கிறோம். திரைமுகத்தை மாற்றியதில் கலைஞருக்கு முக்கியப் பங்கு உண்டு. 'பராசக்தி' என்ற ஒரு திரைப்படம் பகுத்தறிவு, மூடநம்பிக்கை எதிர்ப்பு, புலம்பெயர்தலின் வலி, விதவைக்கொடுமை, கல்வியின் மூலம் நவீனப் பெண் உருவாக்கம் தொடங்கி பிச்சைக்காரர்களுக்கான உரிமைகள் வரை பேசியது. நாடகம், சினிமா என்னும் இரண்டு நவீன கலை வடிவங்களிலும் பல சாதனைகளை நிகழ்த்திக்காட்டினார் கலைஞர்.

அயோத்திதாசர் சிந்தனைகளை முன்வைத்தும் சனாதன எதிர்ப்பின்பொருட்டும் தமிழில் பௌத்த, சமணச்சிந்தனைகள் குறித்து தமிழ் அறிவுசூழலில் விவாதிக்கப்படுகிறது. ஆனால் குறளோவியம்', 'வள்ளுவர் கோட்டம்', 'பூம்புகார்', 'கண்ணகி சிலை', 'மந்திரிகுமாரி'யில் குண்டலகேசி பாத்திரம் என்று கலைஞர் தமிழ்ப்பொதுவெளியில் கட்டியெழுப்பிய அடையாளங்கள் அவைதீக மரபான பௌத்தம், சமணம் சார்ந்தவையாக இருந்தன.

இன்றைய நவீன எழுத்தாளர்களின் அளவுகோலின்படி பார்த்தால் கலைஞரின் மொழி நவீனமானதில்லை. ஆனால் அவரின் மொழி நவீனத்துவச் சிந்தனைகள் கொண்டது. அவர் எழுதிய காலத்துக்கு முந்தைய காலத்தைவிட வடிவத்திலும் உள்ளடக்கத்திலும் கலைஞரின் மொழிநடை நவீனமானது என்றால் இன்றைய பல நவீன எழுத்தாளர்களைவிடவும் நவீனத்துவச் சிந்தனைகள் கொண்டது அவரின் மொழி.

'தெய்வம் தொழாஅள் கொழுநன் தொழுதெழுவாள் பெய்யெனப் பெய்யும் மழை' என்னும் திருக்குறளுக்குப் பலரும் உரை எழுதியுள்ளனர். ஆனால் பெரும்பாலும் 'தெய்வத்தைக்கூட தொழாமல் கணவனைத் தொழக்கூடிய ஒரு பத்தினிப்பெண், பெய் என்று சொன்னால் மழை பெய்யும்' என்றுதான் உரை எழுதியுள்ளனர். பாவேந்தர் பாரதிதாசன்கூட இந்தக் குறளை அடிப்படையாக வைத்து ஒரு கதைப்பாடலை எழுதியிருப்பார். அதிலும்கூட, 'பெய்யென பெய்யும் மழை' என்பதை, 'தலைவி சொன்னதும் தலைவன், இல்லாதவர்களுக்கு ஈயும் கொடைமழை' என்றே உருவகித்திருப்பாரே தவிர, பத்தினிப்பெண்ணுக்கான வரையறையை மாற்றவில்லை. ஆனால் கலைஞர் தன் திருக்குறள் உரையில், 'இயற்கையாக, சுயவிருப்பத்துடன் சுதந்திரமாகப் பெய்யாமல், ஒருவர் பெய் என்று சொன்னவுடன் பெய்யும் மழை எப்படி அடிமைத்தனம் நிரம்பியதோ அதேபோல்தான் கடவுளைக்கூட தொழாமல் கணவனைத் தொழும் பெண்ணும் அடிமைத்தனம் நிரம்பியவள்' என்ற பொருளில் உரை எழுதி, நவீனச் சிந்தனையை நிறுவினார். அவருடைய 'குறளோவியம்' முழுக்கவே இத்தகைய நவீனச் சிந்தனையைக் காணலாம்.

"ஒருமைக்கண் தான் கற்ற கல்வி ஒருவற்கு
எழுமையும் ஏமாப் புடைத்து"

என்னும் குறளுக்கு 'ஒருபிறப்பில் கற்ற கல்வி அவருக்கு ஏழு பிறப்பிலும் உதவும்' என்றுதான் எல்லோரும் உரை எழுதினார்கள். ஆனால் கலைஞர் மட்டும்தான் 'ஒரு தலைமுறையில் பெறும் கல்வி

அறிவானது, ஏழேழு தலைமுறைக்கும் பாதுகாப்பாக அமையும்' என்று உரை எழுதினார். வைதீகநோக்கில் இருந்து எழுதப்பட்ட உரைகளுக்கு மாற்றாக சமூகநீதி உள்ளடக்கத்தை முன்வைத்தார். கல்வி மறுக்கப்பட்ட சமூகத்திலிருந்து முதல் தலைமுறையாகக் கற்கவரும் ஒருவருக்கு வழங்கப்படும் கல்வி எந்தளவுக்கு அவர் சமூகத்தின் வாழ்க்கையை மாற்றும் என்பதை உணர்ந்ததாலேயே அவர் உரை எழுதியதுடன் மட்டும் நிற்கவில்லை; முதல் தலைமுறைப் பட்டதாரிகளுக்கான மக்கள்நலத் திட்டங்களைத் தொடர்ந்து தீட்டினார்.

கலை, இலக்கியத் தளங்களுடன் கலைஞரின் நவீனம் நின்றுவிடவில்லை. அரசியல் தளங்களிலும் விரிவடைந்தது. இன்று தமிழகத்தில் காணப்படும் சாலைகள், பூங்காக்கள், பாலங்கள் போன்ற உள்கட்டமைப்பு, ஆரம்ப சுகாதார மையம் தொடங்கி ராஜீவ்காந்தி அரசு மருத்துவமனை வரையிலான சுகாதாரக் கட்டமைப்பு எனப் பல நவீனத் தொழில்நுட்ப வளர்ச்சி, கலைஞரின் பங்களிப்புகள். குறிப்பாக ஐ.டி. துறையில் தமிழக இளைஞர்கள் பலர் பங்குபெற்றதற்கான அடித்தளத்தை நீண்டகாலத்துக்கு முன்பே அவர் உருவாக்கினார்.

அனைத்துச் சாதியினரும் அர்ச்சகராகும் சட்டம், சிதம்பரம் கோயிலைத் தீட்சிதர்களிடமிருந்து மீட்டது, கலப்புத் திருமணத் தம்பதிகளுக்குப் பிறக்கும் குழந்தைகளுக்கு வேலைவாய்ப்பில் முன்னுரிமை, கலப்புத் திருமணம் செய்வோருக்கு உதவித்தொகை, கலப்புத் திருமணம் என்றால் இருவரில் ஒருவரில் தாழ்த்தப்பட்டவராக இருக்கவேண்டும் என்ற வரையறை, இலங்கை அகதிக்குழந்தைகளும் தமிழகத்தில் கல்வி பெற வாய்ப்பு, கிராமப்புற மாணவர்களுக்கு இட ஒதுக்கீடு, நுழைவுத்தேர்வு ரத்து, பொறியியலில் தமிழ்வழிக்கல்வி, முதல் தலைமுறைப் பட்டதாரிகளுக்கு அரசு வேலைவாய்ப்பில் முன்னுரிமை ஆகியவை தமிழர்கள் முன்னேறிய நவீன வாழ்க்கையை வாழ்வதற்காக கலைஞர் உருவாக்கித் தந்த திட்டங்கள். தி.மு.க.வினரின் படைப்புகளிலும் மேடைப்பேச்சுகளிலும் ஆணாதிக்கக்கூறுகள் இருந்தன. பெரியாரிடமிருந்து அவர்கள் விலகிய முக்கியப் புள்ளி இது. ஆனால் பெண்களுக்கான சொத்துரிமை, உள்ளாட்சித் தேர்தலில் பெண்களுக்கு 33 சதவிகித இட ஒதுக்கீடு போன்றவற்றின் மூலம் பெண்கள் கல்வி கற்க, வேலைபெற, வாழ்வாதாரத்தை உருவாக்கிக்கொள்வதற்கான வாய்ப்புகளை கலைஞர் உருவாக்கினார். கலைஞரின் பல அரசியல் முயற்சிகள் நீதிமன்றங்களாலும் மத்திய

அரசாலும் அவரது அரசியல் எதிரிகளாலும் கருத்தியல் எதிரிகளாலும் முறியடிக்கப்பட்டன. இதனால் தமிழர்கள் இழந்தது அதிகம்.

1989ஆம் ஆண்டில் டாக்டர் அம்பேத்கர் பிறந்த மராட்டிய மாநிலத்திலுள்ள மரத்வாடா பல்கலைக் கழகத்திற்கு அம்பேத்கர் பெயர் சூட்டக்கூடாது என்று சாதியவாதிகளும் மதவாதிகளும் போராடினார்கள். ஆனால், 1972-லேயே சென்னையில் அம்பேத்கர் பெயரில் கலைக்கல்லூரியை உருவாக்கியவர் கலைஞர். அம்பேத்கர் நூற்றாண்டுவிழாவையொட்டி 1990இல் சென்னை சட்டக்கல்லூரிக்கு டாக்டர் அம்பேத்கர் பெயரைச் சூட்டினார் கலைஞர். 1997இல் இந்தியாவிலேயே முதல் சட்டப்பல்கலைக்கழகத்தையும் அம்பேத்கர் பெயரில் உருவாக்கியதும் கலைஞர்தான். யாரைக் கோயில்களுக்குள் நுழையவிடக்கூடாது என்ற நிலை நிலவியதோ அந்த ஆதிதிராவிடரையும் பெண்களையும் அறங்காவலர்குழுவில் கட்டாயம் நியமிக்கவேண்டும் என்ற புரட்சிகர சட்டத்தையும் கொண்டுவந்தவர் கலைஞர்.

மாநில அரசின் அதிகாரம் வரம்புக்குட்பட்டதே என்பதை உணர்ந்த அவர் தொடர்ந்து மாநில சுயாட்சிக்காகக் குரல் கொடுத்தார். தேசிய அரசியலில் பங்கெடுக்கும் வாய்ப்பு கிடைத்தபோது அதை நிராகரிக்காமல் மாநிலங்களின் உரிமைகளை மதிக்கும் மதிப்பீடுகளை தேசிய அரசியலில் உருவாக்க முயன்றார். இந்திராகாந்தியின் எமெர்ஜென்சிக்கு எதிராகத் தன்னந்தனித் தலைவராய் கலைஞர் போராடியது ஒரு ஜனநாயக வரலாறு. காவிரி நடுவர்மன்றம், தமிழுக்கு செம்மொழி அந்தஸ்து, மண்டல் கமிஷன் பரிந்துரைகள் அமலாக்கத் துணைநின்றது என்று தேசிய அரசியலைத் தன் அரசியல் இலக்குகளை எட்டுவதற்குப் பயன்படுத்தினார். வாய்ப்பு கிடைக்கும்போதெல்லாம் மாநில அரசுகளின் உரிமைகளை மதிக்கும், நெகிழ்வுத்தன்மையுடைய கூட்டணி அரசுகளை உருவாக்கும் முயற்சிகளில் அவர் பங்கு இருந்தது.

அவருடைய எழுத்துநடை என்பது மாறவில்லை. நிச்சயமாக அவர் நவீன எழுத்தாளரல்ல. ஆனால் நவீன இலக்கியங்கள், விமர்சனங்களை அவர் தொடர்ந்து வாசித்துக்கொண்டுதான் இருந்தார். 'பெரியார்?' என்ற தன் குறுநூலை வாசிக்க வேண்டும் என்று கலைஞரின் உதவியாளர், தன்னை இரவில் தொடர்புகொண்டதை அ.மார்க்ஸ் பதிவு செய்திருக்கிறார். கலைஞரைச் சந்தித்தபோது, ''கோவேறு கழுதைகள்' நாவலைவிட 'செடல்' முக்கியமான படைப்பு' என்று அவர் சொன்னதாக இமையம் பதிவு

செய்திருக்கிறார். வைரமுத்து முதல் இமையம் வரை அவர் வாசித்திருக்கிறார்.

'திராவிடக் கட்சிகளில் இடைநிலைச்சாதிகளின் ஆதிக்கம் அதிகமாகிவிட்டது. தலித் மக்களுக்குப் போதிய பிரதிநிதித்துவம் இல்லை' என்பது சிறுபத்திரிகைகளில் தலித் எழுத்தாளர்களும் அறிவுஜீவிகளும் முன்வைத்த குற்றச்சாட்டு. இதுகுறித்து கலைஞர் எங்கும் எதிர்வினை செய்ததில்லை என்றாலும் 'மாவட்ட அளவில் நியமிக்கப்படும் மூன்று துணைப்பொதுச்செயலாளர்களில் ஒருவர் தாழ்த்தப்பட்டவராகவும் ஒருவர் பெண்ணாகவும் இருக்கவேண்டும்' என்ற விதியைத் தி.மு.க.வில் கொண்டு வந்ததன்மூலம், இத்தகைய விமர்சனங்களை அவர் படித்தார் என்று யூகிக்கலாம்.

'மரணதண்டனை எதிர்ப்பு' என்னும் நிலைப்பாட்டை வலியுறுத்தினார். சாதி, வர்க்கம் போன்றவற்றை மையப்படுத்திய அரசியலைத் தாண்டியும் விளிம்புநிலை மக்களுக்கான உரிமைகள் பேசப்பட்ட காலமிது. இதைப் பேசியவர்கள் அறிவுத்தளத்தில் செயற்பட்ட சிறுபான்மையினரே. ஆனால் அதை வெகுமக்கள் தளத்தில் சட்டவடிவம் கொடுத்தது கலைஞரின் முக்கியப் பங்களிப்பு. திருநங்கைகளுக்கான நலவாரியம் உருவாக்கியது, உடல் ஊனமுற்றவர்கள் என்று அழைக்கப்பட்டவர்களை 'மாற்றுத்திறனாளிகள்' என்று அழைத்ததோடு அவர்களுக்கான நலத்திட்டங்களை உருவாக்கியது ஆகியவை அவரது நவீனச் சிந்தனைகளின் விளைச்சல்.

கணினி பயன்பாட்டுக்கு வந்தபோது, கலைஞர் தானாகவே முன்வந்து கணினி கற்றுக்கொண்டார். ஃபேஸ்புக் என்னும் சமூகவலைதளத்துக்கு வந்த முதல் அரசியல் தலைவரும் கலைஞர்தான். காலந்தோறும் தன்னைப் புதுப்பித்துக்கொண்ட நவீன உணர்வுதான் அவரை உயிரோட்டத்துடன் இயங்கவைத்தது.

இன்று கலைஞர் இருந்திருந்தால் அண்ணா குறித்த ஒரு வெப் சீரிஸுக்கு வசனம் எழுதியிருப்பார்; ட்விட்டரில் கமல்ஹாசன் எழுதும் கவிதைகளுக்கு பகடிக் கவிதைகள் எழுதி பதில் சொல்லியிருப்பார்; 'சேக்கிழார் எழுதிய கம்பராமாயணம்' என்று உளறிய எடப்பாடியை எள்ளி நகையாடியிருப்பார், 370 பிரிவு நீக்கத்தை எதிர்த்து, காஷ்மீரத்துச் சிங்கம் ஷேக் அப்துல்லாவுடனான தன் நினைவுகளைப் பகிர்ந்துகொண்டு மாநில சுயாட்சி குறித்த அறிக்கை விடுத்திருப்பார், 'ஓ.பி.ரவீந்திரநாத்தின் செயற்பாடுகள் எப்படி?' என்று ஏதாவது பத்திரிகையாளர் கேட்டால், 'அந்தப் பெரியகோழியைத்தான்

பாராளுமன்றத்திலேயே பஞ்சாரத்தில் அடைத்துவிட்டாரே பாலு' என்று நகைச்சுவை ததும்ப பதில் அளித்திருப்பார். அந்தக் கலைஞரைத்தான் நாம் இப்போது இழந்திருக்கிறோம்.

கலைஞர் ஓய்வெடுத்தாலும் அவருடைய பேச்சுகளோ எழுத்துகளோ கருத்தியலோ ஓய்வெடுக்கப்போவதில்லை. ஏனெனில் கலைஞர் ஒரு கருத்தியல் ஆயுதம்!

10

எம்.ஜி.ஆர் –
பிம்பங்கள் கலையும் நேரம்

எம்.ஜி.ஆர் பிம்பங்களால் கட்டப்பட்டவர். எம்.ஜி.ஆரைப் பற்றி ஏராளமான கதைகள் உண்டு. அவர் வள்ளலாக இருந்து உதவிய நேர்மறைக் கதைகளில் இருந்து சினிமாவில் அவர் பழிவாங்கிய நடிகர்களின் பட்டியல் என்று நீட்டப்படும் எதிர்மறைக் கதைகள் வரை ஏராளமான கதைகள் இன்னும் சொல்லப்பட்டுக்கொண்டே இருக்கின்றன. இவற்றில் எதில் உண்மையின் சாயல் இருக்கிறது என்று நாம் கண்டுபிடிக்க முடியாத அளவுக்கு கதைகள் நீளமானவை.

எம்.ஜி.ஆர் தன் பிம்பங்கள் குறித்து தெளிவுடன் இருந்தார். இன்னும் சொல்லப்போனால் அவருக்கு முன் இவ்வளவு தெளிவுடன் யாரும் இருந்ததில்லை என்றும் சொல்லலாம். தனக்குப் பின் பல ஆண்டுகளுக்கு வரப்போகும் நடிகர்களுக்கும் அரசியல்வாதிகளுக்கும் அவர் இந்த விஷயத்தில் முன்னுதாரணம். தான் நடிக்கும் ஒரு காட்சியின் கேமரா கோணம் எப்படி வைக்கப்பட வேண்டும் என்பதிலிருந்து தன் படத்தின் பாடல் வரிகள் எப்படி இருக்கவேண்டும் என்பதுவரை அவர் கவனமாக இருந்தார். நடுத்தர வயதைத் தொடும் காலகட்டத்தில்தான் அவருக்கு சினிமா நுழைவு வாய்ப்பு கிடைத்தது. அவர் உச்சத்தை எட்டும்போது பின் அந்திக்காலங்களில் இருந்தார். தன் வயதும் சுருக்கங்களும் தெரியாத அளவுக்கு தன் பிம்பங்களைப் பேணினார். வயதாக ஆக, மிக இளம் நடிகைகளுடன் காதலும் கவர்ச்சியும் ததும்ப நடித்து அதைச் சமன்படுத்த முயன்றார். எம்.ஜி.ஆருக்கு எவ்வளவு தூரம் வயதானதோ அவருடன் நடிக்கும் கதாநாயகிகளின் வயது அந்தளவுக்கு குறையத் தொடங்கியது.

தி.மு.க.வின் முக்கிய முகமாக இருந்து பின் அ.தி.மு.க.வைத் தொடங்கிப் பத்தாண்டுகள் முடிசூடா மன்னனாக இருக்க அவருக்கு உதவியவை அவர் கட்டமைத்த பிம்பங்களே.

எம்.ஜி.ஆர் என்றால் தொப்பியும் கண்ணாடியும்தான். பிம்பங்கள் மூலம் எம்.ஜி.ஆர் தன்னை உருவாக்கிக்கொண்ட கதையை விமர்சனபூர்வமாக முன்வைத்த நூல் எம்.எஸ்.எஸ்.பாண்டியனின் 'The Image Trap: M G Ramachandran in Films and Politics'. தமிழில் 'பிம்பச்சிறை' என்று மொழிபெயர்க்கப்பட்டது. இப்போதுவரை சினிமாவில் இருந்து அரசியலுக்கு நுழைய முயலும் எந்த நடிகருக்கும் எம்.ஜி.ஆரே முன்னுதாரணம். விஜயகாந்த் முதல் விஜய் வரை. நடிப்பில் சிவாஜியைப் பின்பற்றிய கமல்ஹாசனே அரசியலில் தன்னை எம்.ஜி.ஆரின் வாரிசாக முன்னிறுத்த முயல்கிறார். அரசியலில் 'கறுப்பு எம்.ஜி.ஆர்' முதல் 'காவி எம்.ஜி.ஆர்' வரை வண்ணமயமான எம்.ஜி.ஆர் அணிவகுப்பைக் காண்கிறோம்.

எம்.ஜி.ஆர் ஆட்சிக்காலத்தின்போது வெளியான தமிழ் சினிமாக்களிலும் எம்.ஜி.ஆர் குறித்த போற்றிப்புகழ்தல்களே அதிகம். குறிப்பாக சத்யா மூவீஸ் தயாரிப்பு படங்களில் இருந்து பாக்யராஜ், கங்கை அமரன் படங்கள் வரை எம்.ஜி.ஆர் ஏழைப்பங்காளராகவே முன்னிறுத்தப்பட்டார். சிலகாலம் சத்யராஜ் எம்.ஜி.ஆரைப் போலவே நடனமாடி விளையாட்டு காட்டிக்கொண்டிருந்தார். ராமராஜனைப் பற்றி சொல்லவே வேண்டாம். கலைஞர் வசனம் எழுதிய படங்கள், டி.ராஜேந்தர் படங்கள், எஸ்.ஏ.சந்திரசேகர் படங்கள் போன்ற மிகச்சில படங்களில்தான் எம்.ஜி.ஆர் குறித்த விமர்சனம் - அதுவும் மறைமுகமாக இருந்தது. ஆனால் பல ஆண்டுகாலத்துக்குப் பிறகு சமீபத்திய தமிழ் சினிமாக்களில் எம்.ஜி.ஆரைச் சுற்றி கதைக்களம் பின்னப்படுவதும் அதுவும் எம்.ஜி.ஆர் விமர்சனபூர்வமாக அணுகப்படுவதும் ஆச்சர்யம்தான்.

அரசியல் கட்சிகளின் நேரடியான சித்திரிப்பு மலையாள சினிமாக்களில் அதிகம். ஆனால் தமிழில் அப்படியான ஒரு வழக்கமே கிடையாது. அதை முதலில் உடைத்தது வெற்றிமாறனின் 'வடசென்னை'. எம்.ஜி.ஆர் ரசிகரான மீனவர் ராஜன் (அமீர்), மீனவர்கள் தங்கள் நிலத்திலிருந்து வெளியேற்றப்படுவதை எதிர்த்துப்போராடுகிறார். வெளியேற்றப்படுவதற்குக் காரணம் அ.தி.மு.க அரசியல்வாதியான முத்து (ராதாரவி).

எம்.ஜி.ஆர் இறந்தபிறகுதான் இது நடைபெறுவதாகக் காட்டப்பட்டாலும் எம்.ஜி.ஆர் ஆட்சிக்காலமான 1985இல் மெரினாவை அழகுபடுத்துவது என்ற பெயரில் மீனவர்களை அப்புறப்படுத்தும் முயற்சிகள் நடந்தன என்பதும் அதை எதிர்த்து மீனவர்கள் போராட்டம் நடந்தபோது காவல்துறையின்

துப்பாக்கிச்சூட்டில் ஐந்துபேர் உயிரிழந்தனர் என்பதும் வரலாற்று நிதர்சனம். 'படகோட்டி'யாகவும் 'மீனவ நண்பனாக'வும் நடித்த எம்.ஜி.ஆர் ஆட்சிக்காலத்தில்தான் மீனவர்கள் அவர்களின் வாழ்விடங்களில் இருந்து அப்புறப்படுத்தப்பட்டனர்; துப்பாக்கிச்சூடு நடத்திக் கொல்லப்பட்டனர்.

ஏழை மக்களின் காவலனாகவும் பண்ணையார்களையும் முதலாளிகளையும் அதிகார வர்க்கத்தையும் எதிர்த்துப் போராடும் ரட்சகனாவும் தன் படங்களில் மீண்டும் மீண்டும் நடித்தவர் எம்.ஜி.ஆர். ஆனால் அவர் ஆட்சிக்காலத்தில்தான் நிலப்பிரபுக்களையும் அதிகார வர்க்கத்தையும் எதிர்த்த நக்சல்பாரி இயக்கத்தினர் வேட்டையாடப்பட்டனர். நர்சரிப்பள்ளிகளுக்கான விதை எம்.ஜி.ஆர் ஆட்சிக்காலத்தில்தான் விதைக்கப்பட்டது. சுயநிதிக் கல்லூரிகள் தொடங்கப்பட்டன. சாராய வியாபாரிகளில் பலர் 'கல்வித்தந்தை' ஆனார்கள். சினிமாவில் 'திராவிடம்' பேசிய எம்.ஜி.ஆர், மத்திய அரசின் நெருக்கடியால் தன் கட்சியின் பெயரில் 'அகில இந்திய'த்தைச் சேர்த்தார்.

வெற்றிமாறனின் 'வடசென்னை' எம்.ஜி.ஆர் பிம்பத்தின்மீது முதல் கல்லை வீசியது என்றால் பா.இரஞ்சித்தின் 'சார்பட்டா பரம்பரை'யோ எம்.ஜி.ஆர் பிம்பத்தின் மீது மாபெரும் விரிசலை ஏற்படுத்தியது. 'சார்பட்டா பரம்பரை'க்கு குருவாக இருந்து குத்துச்சண்டைப் பயிற்சி அளிக்கும் 'திராவிட வீரன்' ரங்கன் வாத்தியார் (பசுபதி), தீவிரமான தி.மு.க.காரர். மிசா கைதியாகச் சிறைக்குச் செல்பவர். அவர் சிறையில் இருக்கும் காலத்தில் அவரது மகன் வெற்றிச்செல்வன் (கலையரசன்), எம்.ஜி.ஆரின் அ.தி.மு.க.வில் இணைகிறார். சாராயம் ஆறாக ஓடுகிறது. ரங்கன் வாத்தியாரின் மகன் குடிக்கு அடிமையாவதுடன் ரங்கன் வாத்தியாரின் சீடன் கபிலனையும் (ஆர்யா) குடிக்கு அடிமையாக்குகிறான். குடும்பம் சீரழிகிறது; குத்துச்சண்டை வீரர்களின் உடற்கட்டும் அழிகிறது.

திரைப்படத்தில் குடிக்கு எதிரான முழக்கங்களை முன்வைத்தவர் எம்.ஜி.ஆர். சிவாஜிகணேசன் நடிப்பதற்கு சாத்தியமான வெவ்வேறு பாத்திரங்களைப் பரிசோதித்துப் பார்த்தபோதும் எம்.ஜி.ஆர் குடி, புகைப்பழக்கமில்லாத, ஏழைமக்களை மீட்கும், தாயை உயிரினும் மேலாக மதிக்கும், வில்லன்களால் பாலியல் சீண்டலுக்கு ஆளாகும் நாயகிகளைக் காப்பாற்றும், இரண்டு பெண்களால் காதலிக்கப்பட்டு ஒரு பெண்ணைத் தேர்ந்தெடுக்கும் நாயகனாகவே நடித்தார். ஆனால் அவர் கட்சிக்காரர்களே சாராயம் விற்றதையும் சாராயம் குடித்ததையும்

விமர்சனபூர்வமாகக் காட்சிப்படுத்தியது ‘சார்பட்டா பரம்பரை’. மேலும் அநீதிக்கு எதிராக சினிமாவில் போர்க்குரல் எழுப்பிய எம்.ஜி.ஆர், எதார்த்தத்தில் இந்திய ஜனநாயகத்தின் குரல்வளையை நெரித்த எமெர்ஜென்சியை ஆதரித்ததையும் முன்வைத்தது.

இந்த இரண்டு படங்களும் யதார்த்தவாத சித்திரிப்பின் மூலம் எம்.ஜி.ஆரின் பிம்பங்களைக் கலைத்தது என்றால் மேஜிக்கல் ரியலிச கதைசொல்லல் மூலம் எம்.ஜி.ஆரின் பிம்பங்களைக் கலைத்தது, சமீபத்தில் வெளியான ‘குதிரைவால்’ திரைப்படம்.

நாயகன் சரவணனின் கனவில் வால் இல்லாத ஒரு குதிரை வருகிறது. எழுந்து பார்த்தால் சரவணனுக்கு குதிரைவால் முளைத்திருக்கிறது. அது ஏன் முளைத்திருக்கிறது, கனவுக்கான காரணம் என்ன என்று தேடிச்செல்லும் பயணமே ‘குதிரைவால்’. ஒருகட்டத்தில் கனவில் சரவணன் எம்.ஜி.ஆர் குரலில் பேசுகிறான். பின்னணியில் எம்.ஜி.ஆர் இறந்த செய்தி சொல்லப்படுகிறது.

‘அதோ அந்தப் பறவைபோல வாழ வேண்டும்....இதோ இந்த அலைகள்போல ஆடவேண்டும்’ என்ற ‘ஆயிரத்தில் ஒருவன்’ எம்.ஜி.ஆர் பாடல் படம் முழுக்க மீண்டும் மீண்டும் ஒலிக்கிறது. இறுதியில் பறவைகளாகத்தான் சரவணனும் அவன் பால்யகாலக் காதலி நீலியும் பறக்கிறார்கள். இடையில் அதே பறவை ஜன்னலுக்கு அருகில் சிறகடிக்கிறது. அலையின் சத்தத்தை பாபு என்ற நண்பர் கொடுக்கும் சிப்பியின் மூலம் கேட்கிறான் பிராய்ட் என்கிற சரவணன்.

ஒரு காட்சியில் எம்.ஜி.ஆரின் ‘நான் ஆணையிட்டால்’ பாடல் தலைகீழாக்கப்பட்டு ஒரு கேலிச்சித்திரமாக்கப்படுகிறது. தொலைக்காட்சியில் எம்.ஜி.ஆரும் சரோஜாதேவியும் குதிரையின்மீது பயணித்தபடி ‘ராஜாவின் பார்வை ராணியின் பக்கம்’ பாடலைப் பாடுகிறார்கள். ‘குதிரை என்பது காமத்தின் குறியீடு’ என்று கணித ஆசிரியர் விளக்குகிறார்.

பாபு என்ற நண்பரோ Image, Mirror Image, Reflextion குறித்து விளக்கும் காட்சி படத்தில் வருகிறது. Image என்பது வெறுமனே கண்ணாடியில் விழும் பிம்பம் மட்டுமல்ல. சமூகப்பொதுத்தளத்தில் Image என்பதன் அர்த்தம் கூடுதல் பரிமாணங்களைக் கொண்டது. அந்தவகையில் தன் இமேஜைக் கடைசிவரை காப்பாற்றி பிம்பங்களால் வாழ்ந்த எம்.ஜி.ஆரும் ஒரு பாத்திரமாக உள்வாங்கப்படுகிறார்.

தன் கனவுக்கான காரணத்தை சரவணன் என்கிற பிராய்ட் தேடிச்செல்லும்போது அவன் தன் பால்யத்தைச் சென்றடைகிறான்.

அங்கே பாலுறவு நடைபெறாமலே கனவின் மூலம் கர்ப்பமான தன் சகோதரியை, அவன் தந்தை வசைபாடுகிறார். கன்னித்தாய் - ஏசு பிறப்பு குறித்த கதையை ஒரு பாத்திரம் விளக்குகிறது. 'கன்னித்தாய்' எம்.ஜி.ஆர் நடித்த படம். அந்தப் படத்தில் எம்.ஜி.ஆர் பாத்திரத்தின் பெயரும் சரவணன்.

'குதிரைவால்' படத்தில் அந்தக் காட்சி முழுவதும் ஒரு வழக்கமான தமிழ் சினிமாவின் நாடகியக் காட்சியாகவே நடைபெறுகிறது. அப்பன் பெயர் தெரியாத குழந்தை, கற்பின் முக்கியத்துவம் ஆகியவை அழுகை, வசைபாடலின் மூலம் சொல்லப்படுகிறது. திராவிட இயக்க சினிமாக்கள் எவ்வளவோ முற்போக்கான அம்சங்களைக் கொண்டிருந்தபோதும் கற்பு, ஆணாதிக்கம் ஆகியவற்றில் பிற்போக்கான கருத்துகளையே முன்வைத்தன. அவற்றில் ஆகமோசமான சினிமாக்கள் எம்.ஜி.ஆர் சினிமாக்கள்தான். 'இப்படித்தான் இருக்கவேணும் பொம்பளை', 'பொம்பளை சிரிச்சாப்போச்சு' என்று மீண்டும் மீண்டும் எம்.ஜி.ஆர் தன் சினிமாக்களில் பெண்களுக்கான ஆணாதிக்க வரையறைகளை முன்வைத்தார். 'படித்த பெண்களின் திமிரை' அடக்குவதையே முழுநேரக் கடமையாகவும் கொண்டிருந்தார். பின்னாட்களில் தமிழ் சினிமாக்களில் 'சேலைமேல முள்ளு விழுந்தாலும்...' போன்ற 'தத்துவப் பொன்மொழி'களின் மூலவர் எம்.ஜி.ஆர்தான். 'அதிகமா கோபப்படுற பொம்பளையை'ச் சாடும் 'படையப்பா' ரஜினியின் ரோல்மாடலும் அவரே. இவை எல்லாவற்றையும் 'குதிரைவால்' காட்சி எள்ளலுடன் விமர்சனபூர்வமாக முன்வைக்கிறது.

அடுத்த காட்சியில் அந்த 'கன்னித்தாய்' இறந்துபோகிறாள். அதேநேரத்தில் எம்.ஜி.ஆரின் மரணச்செய்தியும் அறிவிக்கப்படுகிறது. ஊரே கூடி ஒப்பாரி வைக்கிறது. அந்தக் கூட்டத்தில் சிலர் 'எம்.ஜி.ஆர் சாகவில்லை' என்று சாதிக்கிறார்கள். எம்.ஜி.ஆர் சாகும்போது கேட்கும் ஒப்பாரி ஓசை அதற்கு முந்தைய காட்சியிலும் ஒலிக்கிறது. அப்போது வானவில் பாதை வழியாக ஒரு கிழவியைத் தேடிவருகிறான் சரவணன். கிழவியோ 'நம்பியார் இருக்கும்வரை எம்.ஜி,ஆர் இருப்பார்' என்று அரக்கன் கதை சொல்கிறாள்.

பால்யகாலக் கதையில் கிணற்றில் யாரோ விழும் சத்தம் கேட்கிறது. சரவணனும் நீலியும் பார்த்தால் தொப்பியும் கண்ணாடியும் மிதக்கிறது. கிணற்றின் படிக்கட்டில் ஒரு டம்ளர் நீரில் ஒரு தோட்டா மிதக்கிறது.

எம்.ஜி.ஆர் என்ற அதிசாகச நாயகனின் இமேஜ் மீது எறியப்பட்ட முதல் பந்து, அந்தக் கண்ணாடியில் விழுந்த முதல் விரிசல், வில்லன்

நடிகரான நடிகவேள் எம்.ஆர்.ராதா சுட்ட துப்பாக்கித் தோட்டா. இதில் எம்.ஜி.ஆர் தொண்டையில் துளைத்த தோட்டாவை தனி டம்ளரில் வைத்துவிட்டு கிணற்றுக்குள் குதித்து தொப்பியும் கண்ணாடியுமாக மிதக்கிறார். இறுதியில் சிறுவன் சரவணனும் சிறுமி நீலியும் எம்.ஜி.ஆரின் இமேஜான தொப்பியையும் கண்ணாடியையும் தங்கள் பக்கம் இழுக்க முனைகிறார்கள். எம்.ஜி.ஆராக மாற முயலும் விளையாட்டு இன்னும் தமிழ்க்கனவு நிலத்தில் தொடரத்தான் செய்கிறது. எம்.ஜி.ஆரின் தொப்பியையும் கண்ணாடியையும் இருவரும் தங்கள் பக்கம் இழுத்தவுடன் பறவைகளாக மாறிப்பறக்கிறார்கள். ‘அதோ அந்தப் பறவை போல வாழவேண்டும்’ என்ற பாடல் தனக்கான அர்த்தத்தைப் பெறுகிறது.

‘குதிரைவால்’ திரைப்படம் சாதாரணப் பார்வையாளர்களுக்கானதல்ல. ஆனால் கொஞ்சம் முயன்றால் அது எம்.ஜி.ஆர் மீதும் அவர் பிம்பங்கள்மீதும் முன்வைக்கும் நுட்பமான விமர்சனங்களைப் புரிந்துகொள்ளலாம்.

ஒரு காத்திரமான கலைப்படைப்பு விமர்சனத்தைத் தனக்குள் கொண்டே உருவாகிறது. அது தனக்கு முன் கட்டமைக்கப்பட்ட புனிதப்பிம்பங்களின் மீது கேள்வியெழுப்புகிறது. சார்லி சாப்ளின் முதல் திராவிட இயக்க சினிமாக்கள்வரை விமர்சனங்களையும் கேள்விகளையும் முன்வைத்ததால்தான் அரசியல் முக்கியத்துவம் உருவாகிறது. அப்படித்தான் ‘வடசென்னை’, ‘சார்பட்டா பரம்பரை’, ‘குதிரைவால்’ ஆகிய படங்கள் எம்.ஜி.ஆரின் புனிதப்பிம்பங்களைக் கலைக்கின்றன. எல்லாக் காலகட்டங்களிலும் அதற்கு முந்தைய புனிதப்பிம்பங்கள் தகர்க்கப்படுவதும் தலைகீழாக்கப்படுவதும்தான் காலத்தின் இயல்பு. அந்தவகையில் தமிழ் சினிமாவில் இது ஒரு வரவேற்கத்தக்க நகர்வு என்று சொல்லலாம்.

11

பெரியார் 50: கொள்ளவேண்டியதும் தள்ள வேண்டியதும்

“நான் சொல்வது எல்லாவற்றையும் அப்படியே ஏற்றுக்கொள்ளாதீர்கள். உங்கள் சொந்தப் புத்தியைப் பயன்படுத்தி ஆராய்ந்து, கொள்ள வேண்டியவற்றைக் கொள்ளுங்கள்; தள்ள வேண்டியவற்றைத் தள்ளுங்கள்” என்று தன் வாழ்நாளின் இறுதிவரை பேசியவர் பெரியார். இன்னும் ஒருபடி மேலேபோய் “இன்னும் அய்ம்பது ஆண்டுகளுக்குப் பிறகு ஈ.வெ.ராமசாமி என்ற மூடக்கொள்கைக்காரன் இருந்தான் என்று இந்த உலகம் பேசும்” என்று துணிச்சலுடன் சொன்னவரும் அவரே. காலமாற்றத்தில் எல்லாம் மாறும் என்று உணர்ந்ததாலேயே பெரியார் தன்னைக் காலம் கடந்த ஆளுமையாக முன்வைக்கவில்லை. இப்போது பெரியார் இறந்து 50 ஆண்டுகள் ஆகின்றன. அவரே சொன்னபடி பெரியார் மூடக்கொள்கைக்காரர் ஆகிவிட்டாரா, காலமாற்றத்தில் பெரியாரின் சிந்தனைகள் காலாவதி ஆகிவிட்டனவா, அப்படி காலாவதியாகாமல் சமகாலத்தில் பெரியாரின் பொருத்தப்பாடு உணரப்படுகிறது எனில் பெரியாரின் சிந்தனைகளில் கொள்ளப்பட வேண்டியவை எவை, தள்ளப்பட வேண்டியவை எவை?

பெரியார் முதன்மையாக ஒரு சமூக அரசியல் போராளி. தன்னைப்பற்றி இந்தச் சமூகம் என்ன நினைக்கும் என்பது பற்றி கவலை கொள்ளாத ‘வெகுஜன அபிப்பிராயங்களுக்கு’ முற்றிலும் விலகி நின்றவர். அவர் ஒரு முதன்மையான விமர்சகராக இருந்தார் அவருடைய வார்த்தைகளிலேயே சொல்வதாக இருந்தால்,

> “பொதுவாக நமது பிரசங்கத்தினாலும், குடிஅரசினாலும் நான் செய்து வந்த பிரச்சாரத்தில் அரசியல் இயக்கங்கள் என்பவைகளைக் கண்டித்தேன், அரசியல் தலைவர்கள் என்பவர்களைக் கண்டித்தேன், மதம் என்பதைக் கண்டித்தேன்,

மதத்தலைவர்கள் என்பவர்களைக் கண்டித்தேன், மதச்சடங்கு என்பதைக் கண்டித்திருக்கிறேன், குருக்கள் என்பவர்களைக் கண்டித்திருக்கிறேன், கோவில் என்பதைக் கண்டித்திருக்கிறேன், சாமி என்பதைக் கண்டித்திருக்கிறேன், வேதம் என்று சொல்வதைக் கண்டித்திருக்கிறேன், சாஸ்திரம் என்பதைக் கண்டித்திருக்கிறேன், புராணம் என்பதைக் கண்டித்திருக்கிறேன், பார்ப்பனீயம் என்பதைக் கண்டித்திருக்கிறேன், ஜாதி என்பதைக் கண்டித்திருக்கிறேன், அரசாங்கம் என்பதைக் கண்டித்திருக்கிறேன், உத்தியோகம் என்பவைகளைக் கண்டித்திருக்கிறேன், நீதி ஸ்தலம் என்பதைக் கண்டித்திருக்கிறேன், நியாயாதிபதி என்பவர்களைக் கண்டித்திருக்கிறேன், நிர்வாக ஸ்தலங்கள் என்பவைகளைக் கண்டித்திருக்கிறேன், ஜனப் பிரதிநிதித்துவம் என்பதைக் கண்டித்திருக்கிறேன், பிரதிநிதிகள் என்பவர்களைக் கண்டித்திருக்கிறேன், தேர்தல் என்பதைக் கண்டித்திருக்கிறேன், கல்வி என்பதைக் கண்டித்திருக்கிறேன், சுயராஜ்யம் என்பதைக் கண்டித்திருக்கிறேன், ஸ்ரீமான்கள் கல்யாணசுந்தர முதலியார், வரதராஜுலு நாயுடு, சி. ராஜகோபாலாச்சாரியார் முதலிய ஒரே துறையில் வேலை செய்து வந்த நண்பர்களைக் கண்டித்திருக்கிறேன்.இன்னும் என்ன என்னவற்றையோ யார் யாரையோ கண்டித்திருக்கிறேன். கோபம் வரும்படி வைதுமிருக்கிறேன். எதைக் கண்டித்திருக்கிறேன், எதைக் கண்டிக்கவில்லை, யாரை வையவில்லை என்பது எனக்கு ஞாபகத்திற்கு வரமாட்டேன் என்கிறது. இன்னமும் ஏதாவது எழுதலாம் என்று பேனாவை எடுத்தாலும், பேசலாம் என்று வாயைத் திறந்தாலும் கண்டிக்கவும், வையவும். துக்கப்படவுமான நிலைமை ஏற்படுகிறதே ஒழிய வேறில்லை” என்றவர்.

(குடிஅரசு – தலையங்கம் – 01.05.1927)

பெரியாரின் செயற்பாடுகளுக்கான அடிப்படை என்பது இந்தச் சமூகத்தில் எல்லோருக்குமான சமபங்கு. அதைச் சாதியமும் அதன் கருத்தியல் அடித்தளமான பார்ப்பனியமும் இந்துமதமும் அவை முன்னிறுத்தும் கடவுள் வழிபாடும் மறுக்கின்றன என்பதாலேயே அவற்றுக்கு எதிராகக் கடுமையாக இயங்கினார்.

வகுப்புவாரி பிரதிநிதித்துவம் என்னும் தன் சமூகநீதிக் கோரிக்கையை காங்கிரஸ் ஏற்க மறுத்ததாலேயே 1925இல் காங்கிரஸை விட்டு வெளியேறினார் பெரியார். ஆனால் இன்று அதே வகுப்புவாரி பிரதிநிதித்துவத்தையும் சாதிவாரி கணக்கெடுப்பையும் காங்கிரஸ்

வலியுறுத்துகிறது. பத்திரிகையாளர் சந்திப்பில் "உங்களில் எத்தனைபேர் பிற்படுத்தப்பட்டோர், தாழ்த்தப்பட்டோர், பழங்குடிகள்?" என்று ராகுல் கேட்ட கேள்வியைக் காங்கிரஸின் உள்ளிருந்து காங்கிரஸை நோக்கிக் கேட்டவர் பெரியார். கிட்டத்தட்ட ஒரு நூற்றாண்டுக்குப் பிறகு பெரியார் குரலின் நியாயத்தை உணர்ந்து அதே குரலை காங்கிரஸ் எதிரொலிக்கிறது என்றால் பெரியார் நின்றிருக்கிறார், வென்றிருக்கிறார் என்றே பொருள்.

பெரியாரைத் தலித் விரோதியாகச் சித்திரிக்கும் விலகல்வாத தலித்திய சிந்தனையாளர்கள் பெரியாரை 'இடைநிலைச்சாதிகளின் பிரதிநிதி'யாகச் சித்திரிப்பர். பெரியார் ஒருபோதும் தன்னைத் தலித்துகளுக்கான பிரதிநிதியாக உரிமை கோரியவரில்லை. 'சூத்திரர்கள்' என்று இழிவின் அடையாளம் சுமத்தப்பட்ட பெரும்பான்மை பிற்படுத்தப்பட்ட மக்களை நோக்கியே அவரது குரல் இருந்தது. பெரும்பான்மையாக இருக்கும் பிற்படுத்தப்பட்டோருக்கு அதிகாரம் மறுக்கப்பட்டதையும் சிறுபான்மை பார்ப்பனர்கள் மத்தியில் அதிகாரம் குவிக்கப்பட்டதையும் அவர் தொடர்ந்து கேள்விக்குட்படுத்தினார்.

அம்பேத்கர் உள்ளிட்ட ஒடுக்கப்பட்ட மக்களின் தலைவர்களின் தொடர் அரசியல் செயற்பாடுகளும் பிரிட்டிஷாரின் முன்னெடுப்பும் சுதந்திர இந்தியாவில் பட்டியலின மக்களுக்கான இட ஒதுக்கீட்டைச் சாத்தியப்படுத்தின. ஆனால் பார்ப்பனத் தலைமையிலான இந்திய தேசியவாதிகள் பிற்படுத்தப்பட்டோருக்கான இட ஒதுக்கீட்டை மறுத்தபோது 1950இல் மாபெரும் போராட்டத்தைத் தமிழ்நாட்டில் நிகழ்த்திக் காட்டினார் பெரியார். அதன் விளைவாக 1951இல் இந்திய அரசியல் சட்டத்தில் முதல் திருத்தம் மேற்கொள்ளப்பட்டு, மாநில அரசுகள் பிற்படுத்தப்பட்டோருக்கான இட ஒதுக்கீட்டை அளிப்பதற்கான நடைமுறை உருவானது.

என்றாலும் இன்னும் மத்திய அரசின் கல்வி நிறுவனங்கள் மற்றும் வேலைவாய்ப்பில் பிற்படுத்தப்பட்டோருக்கான இட ஒதுக்கீடு முறையாக நடைமுறைப்படுத்தப்படவில்லை. பிரதமர் அலுவலகம் உள்ளிட்ட மத்திய அமைச்சரவை அலுவலகங்களில் உள்ள 90 செயலாளர்களில் 3 பேர் மட்டுமே பிற்படுத்தப்பட்டோர். 15 மத்திய பல்கலைக்கழகங்களின் பேராசிரியர்களில் 4% மட்டுமே பிற்படுத்தப்பட்டோர். இன்னும் ஐ.ஐ.டி, ஐ.ஐ.எம் போன்ற உயர்கல்வி நிறுவனங்களில் பிற்படுத்தப்பட்டோருக்கான உரிய பிரதிநிதித்துவம் அளிக்கப்படவில்லை. இன்று சாதிவாரி

கணக்கெடுப்பையொட்டி பிற்படுத்தப்பட்டோருக்கான பிரதிநிதித்துவத்தை அனைத்துக் கட்சிகளும் வலியுறுத்துகின்றன என்றால் அது காலம் கடந்தும் ஒலிக்கும் பெரியாரின் குரல்தான்.

இன்று சனாதனம் குறித்த விவாதம் இந்தியா முழுதும் பேசுபொருளாக மாறியிருக்கிறது. தமிழ்நாட்டில் ஓர் அரங்கத்தில் தமிழ்நாடு முற்போக்கு எழுத்தாளர்கள் கலைஞர்கள் சங்கம் என்னும் இடதுசாரி கலை இலக்கிய அமைப்பால் நடத்தப்பட்ட ஒரு நிகழ்வில் தமிழக அமைச்சர் உதயநிதி ஸ்டாலின் பேசியது இந்தியா முழுவதும் பெரும் விவாதத்தை நிகழ்த்தியிருக்கிறது. சமூகநீதி, பொதுவுடைமை, புரட்சி பேசும் சக்திகளால்கூட வடநாட்டில் சனாதன எதிர்ப்பைத் துணிச்சலுடன் முன்வைக்கவோ சனாதன எதிர்ப்புக்குத் துணைநிற்கவோ இயலவில்லை.

ஆனால் தமிழ்நாட்டில் தேர்தல் அரசியலில் உள்ள ஒரு கட்சியின் இளைஞரணிச் செயலாளர் சனாதனத்தை உறுதியாக எதிர்க்கிறார். இதற்கு முன்பு தி.மு.க.வின் தலைவர் கலைஞர் மு.கருணாநிதி தொடர்ந்து இந்துமதம், சனாதனம் குறித்த விமர்சனங்களை முன்வைத்தார். ஐந்துமுறை முதல்வராக இருந்த கலைஞரின் தேர்தல் வெற்றி, தோல்விகளை அவரது சனாதன எதிர்ப்பு பாதிக்கவில்லை என்றால் அதற்கு அடித்தளம் அமைத்தவர் பெரியார். குறுகிய 'பிராமண' எதிர்ப்பாளராகவும் மூர்க்கத்தனமான நாத்திகராகவும் வட இந்தியர்களின் எதிரியாகவும் சித்திரிக்கப்பட்ட பெரியாரின் எழுத்துகள் இன்று பல இந்திய மொழிகளில் மொழிபெயர்க்கப்படுகின்றன. இந்தியா முழுவதும் ஒடுக்கப்பட்டோர் மற்றும் சிறுபான்மையினர் நடத்தும் போராட்டங்களில் பெரியார் ஓர் அடையாளமாக மாறியிருக்கிறார்.

1929ல் செங்கல்பட்டில் நடைபெற்ற முதல் சுயமரியாதை மாகாண மாநாட்டிலேயே பெண்களுக்குத் தங்கள் துணையைத் தேர்ந்தெடுக்கும் உரிமை வேண்டும், விவாகரத்துக்கான உரிமை வேண்டும், சொத்துரிமை வேண்டும், வேலைவாய்ப்பு அளிக்கப்பட வேண்டும், ஆசிரியப்பணிகள் பெண்களுக்கே அளிக்கப்பட வேண்டும் என்று தீர்மானம் நிறைவேற்றியவர் பெரியார். அவரின் அடியொற்றி பெண்களுக்கான சொத்துரிமை, ஆரம்பப்பள்ளி ஆசிரியப்பணிகளில் பெண்கள், 50 ஆண்டுகளுக்கு முன்பே பெண்காவலர்கள், மகளிர் காவல்நிலையங்கள், சமத்துவபுர வீடுகளுக்குப் பெண்கள் பெயரிலேயே பட்டா, உள்ளாட்சிப்பதவிகளில் பெண்களுக்கு 50% இட ஒதுக்கீடு என்று பல திட்டங்களை நிறைவேற்றியிருக்கிறது

தமிழ்நாடு. ஆனால் இப்போதுதான் சட்டமன்ற, நாடாளுமன்ற உறுப்பினர்களில் பெண்களுக்கு 30% இட ஒதுக்கீடு பற்றி விவாதித்துக்கொண்டிருக்கிறது 'பாரதம்'.

மதவாத எதிர்ப்பு, சிறுபான்மையினர் உரிமை, சாதி இழிவு நீங்க மதமாற்றம், தீண்டாமை ஒழிப்பு, வகுப்புவாரி பிரதிநிதித்துவம், இந்தி ஆதிக்க எதிர்ப்பு, மொழியுரிமை என்று பெரியாரும் அவர் கொள்கையை ஏற்றுக்கொண்ட திராவிட இயக்கங்களும் வலியுறுத்திய விழுமியங்களை இன்று இந்தியாவே பேசுகிறது. 'இந்தி எதிர்ப்பு போராட்டம் என்பது வெறுமனே மொழிப்போராட்டம் மட்டுமில்லை. மொழிப்போராட்டம் என்பது பகுதிதான். அது முதன்மையாகப் பண்பாட்டுப் போராட்டம்' என்றவர் பெரியார். இந்திய தேசியம் என்பது பார்ப்பனியக் கருத்தியல், இந்தியா என்பது பார்ப்பனக் கட்டமைப்பு என்ற கருத்தியல் புரிதலில் இருந்தே அவர் திராவிடநாடு, தனித்தமிழ்நாடு ஆகிய கோரிக்கைகளை முன்வைத்தார். அவர் முன்வைத்த விடுதலைக்கோரிக்கைகளுக்கு எல்லை முதலிய வரம்புகள் இல்லை. 'தஞ்சாவூர் ஜில்லா அளவுக்குத் தனித்தமிழ்நாடு கிடைத்தால்கூட போதும்' என்றார் அவர். மானமும் அறிவும் சமத்துவமும் கொண்ட நிலத்தையே பெரியார் கனவு கொண்டார். அந்த வேட்கையுடன் ஒலித்த தமிழ்க்குரல் அன்று தனிக்குரலாக ஒலித்தது. இன்றோ அந்தக் குரலின் சாயலுடன் இந்தியாவெங்கும் வெவ்வேறு மொழிகளில் குரல்கள் ஒலிக்கின்றன.

பெரியாரின் சமூக, அரசியல் செயற்பாடுகளுக்கான பலன்கள் இன்று தமிழ்நாடு தாண்டி இந்தியா முழுவதும் விளைவது பெரியாரியத்துக்குக் கிடைத்த வெற்றி. மேலும் பல்வேறு உரிமைகளுக்கான போராட்டங்களுக்குப் பெரியாரின் தேவை இன்னமும் இருக்கிறது.

சாதி ஒழிப்பு, பார்ப்பனர் ஆதிக்க எதிர்ப்பு, பார்ப்பனிய எதிர்ப்பு ஆகியவற்றில் பெரியார் மட்டும் தனியர் அல்லர். பெரியாரின் சமகாலத்திலும் முந்தைய காலத்திலும் அயோத்திதாசர், அம்பேத்கர், ஜோதிபாபூலே போன்ற பலர் இருந்தார்கள். ஆனால் அவர்களுக்கு இல்லாத தனிச்சிறப்பு பெரியாரின் பண்பாடு குறித்த சிந்தனைகள். அவர் வெறுமனே சமூக அரசியல் விடுதலைப்போராளியாக மட்டுமில்லை. தனித்துவமான பண்பாட்டுச் சிந்தனையாளராக இருந்தார். குறிப்பாகப் பெண்விடுதலையில் பெரியாரின் சிந்தனைகள் ஒப்பிட முடியாதளவு தனித்துவம் வாய்ந்தவை.

19ம் நூற்றாண்டில் பெண்கல்வி, விதவை மறுமணம், உடன்கட்டை எதிர்ப்பு ஆகியவற்றை முன்வைத்த சமூகச்சீர்திருத்தவாதிகள் இருந்தனர். இவர்களில் பெரும்பாலானோர் ஆங்கிலக்கல்வி கற்ற பார்ப்பனர்கள். ஆனால் பெரியாரோ இத்தகைய கோரிக்கைகளுடன் மட்டும் நிற்கவில்லை; மொழியும் பண்பாடும் மதமும் பெண்களை அடிமைப்படுத்துவதில் வகித்த பங்கு குறித்து தொடர்ந்து பேசினார். 'பெண்ணியவாதிகளின் பைபிள்' என்று கொண்டாட்டப்படும் சீமோன் டி போவாரின் 'தி செகண்ட் செக்ஸ்' நூல் வெளியாவதற்கு 16 ஆண்டுகளுக்கு முன்பு எழுதப்பட்ட பெரியாரின் கட்டுரைகள் இன்றும் பெண்ணியத்தின் உச்சத்தைத் தொட்டவையாக இருக்கின்றன.

'ஆசிரியப்பணிகளில் பெண்களே நியமிக்கப்பட வேண்டும்' என்ற பெரியார், பெண்கள் மதநீக்கச் சிந்தனைகளைக் கைக்கொள்ள வேண்டும் என்று தொடர்ந்து வலியுறுத்தினார். பண்பாடு என்ற பெயரில் ஆறடிக்கூந்தலும் எட்டுமுழப் புடவையும் அணியத் தேவையில்லை, 'கிராப் வெட்டிக்கொள்ளும் பெண்களுக்கு சிறப்புப்பரிசு' என்று அறிவித்தவர் பெரியார். இன்று சுடிதாரும் நைட்டியும் டிஷர்ட்டுமே பெரும்பாலான பெண்களின் உடைகளாக இருக்கின்றன. கிராப் தலையுடன் நகைகள் அணிவதில் பெரிதும் விருப்பமில்லாத நவயுகப்பெண்களை நாம் எங்கும் பார்க்கிறோம்.

திருமணம், குடும்பம், குழந்தைப்பேறு போன்றவை பெண்களை ஒடுக்குவதில் முக்கியப்பங்கு வகிப்பதைப் பெரியார் தொடர்ந்து வலியுறுத்தினார். குடும்பக்கட்டுப்பாடு பிரசாரத்தை அரசு தொடங்காத காலகட்டத்திலேயே 'கர்ப்ப ஆட்சி' என்பதை வலியுறுத்தியவர் பெரியார். 'எத்தனை குழந்தைகள் பெற்றுக்கொள்வது, அதை எப்போது பெற்றுக்கொள்வது, பெற்றுக்கொள்வதா வேண்டாமா என்பதைத் தீர்மானிக்கும் உரிமை பெண்களுக்கே இருக்கவேண்டும்' என்று வலியுறுத்தியவர் பெரியார். இன்னும் ஒருபடி மேலேபோய் 'பெண்கள் விடுதலை அடைய பிள்ளைபெறுவதையே நிறுத்தினாலும் சரிதான்' என்றவர் அவர். இதை வெறுமனே மக்கள்தொகை கட்டுப்பாடு என்னும் கருத்தின் அடிப்படையில் மட்டும் அவர் சொல்லவில்லை. முதன்மையாகப் பெண் சுதந்திரம் என்னும் அடிப்படையிலேயே அவர் வலியுறுத்தினார்.

புரோகித அகமணமுறைக்கு மாற்றாக சாதிமறுப்பு சுயமரியாதைத் திருமணங்களை வலியுறுத்தி அதைப் பண்பாட்டுச் செயல்பாடாக மாற்றிக்காட்டியவர் பெரியார். என்றாலும் அதுவே இறுதித்தீர்வு என்று அவர் எண்ணவில்லை. குடும்பம் என்னும் அமைப்பும்

திருமணம் என்னும் ஏற்பாடும் சாதி, தனிச்சொத்து, ஆணாதிக்கத்தைக் காப்பாற்றுகின்றன என்று தொடர்ந்து விமர்சித்தார். 'திருமணம் என்பதைக் கிரிமினல் குற்றமாக்க வேண்டும்' என்றார். திருமணங்களுக்குச் சென்று திருமண மறுப்புப் பிரச்சாரம் செய்தார். திருமணம் தவிர்க்க முடியாதபோது குடும்பத்தில் ஜனநாயகமும் பெண்களுக்கான சம உரிமையும் முக்கியம் என்றார். திருமணத்தை 'வாழ்க்கை ஒப்பந்தம்' என்றே அழைத்தார்.

இன்று திருமண முறைக்கு அப்பால் லிவிங்-டு கெதர், ஃப்ரெண்ட்ஸ் வித் பெனிபிட்ஸ் போன்ற பல்வேறு நடைமுறைகள் உருவாகியிருப்பதைப் பார்க்கிறோம். ஒப்பீட்டளவில் பெண்கள் இந்த நடைமுறைகளில் கூடுதல் சுதந்திரத்துடன் இருப்பதையும் காண்கிறோம். லிவிங்-டு கெதரை சட்டபூர்வமாக அங்கீகரிப்பது குறித்து இன்று நீதிமன்றங்கள் விவாதிப்பதைப் பார்க்கிறோம். பெரியார் முன்வைத்த காலகட்டத்தில் அதிர்ச்சி மதிப்பீடுகளாகப் பார்க்கப்பட்டவை இன்று நடைமுறைகளாக மாறியிருக்கின்றன என்பதில் இருந்தே பெரியார் என்னும் பண்பாட்டுச் சிந்தனையாளரின் முக்கியத்துவத்தை அறியலாம்.

பாலியல் சுதந்திரம் குறித்த பெரியாரின் கருத்துகள் இன்றளவும்கூட பலரால் செரிக்கமுடியாதவையே.

"மக்களின் அன்பும் காதலும் ஒரு கட்டுப்பாட்டுக்கு உட்பட்டு அது இன்ன விதமாக இன்னாரோடு மாத்திரம்தான் இருக்க வேண்டும் என்பதாக நிர்ப்பந்திக்க எவ்வித நியாயமும் இருப்பதாக நமக்குத் தோன்றவில்லை. ஏனெனில் காதல் என்பது ஜீவசுபாவமானது. அதை ஏதோ ஒரு நிர்பந்தத்திற்காகத் தடுத்து வைப்பது என்பது ஒரு வகையான அடிமைத்தனமேயாகும். அன்பு, காதல் ஆகியவைகள் ஏற்படுவது ஜீவனுக்கு இயற்கை சுபாவம் என்றும் அது சுதந்திரமுடையதாயும் உண்மையுடையதாயும் இருக்க வேண்டுமென்றும் அதை ஒரு இடத்திலாவது ஒரு அளவிலாவது கட்டுப்படுத்துவது என்பது ஜீவ சுபாவத்திற்கும் இயற்கைத் தத்துவத்திற்கும் மீறினதென்றும் ஒப்புக்கொள்ளுகின்ற மக்கள் அன்பு ஒருவரிடம் தான் இருக்க வேண்டும்; காதல் ஒருவரிடம்தான் இருக்கவேண்டும் என்று சொல்ல முன் வருவது முன்னுக்குப் பின் முரண் என்றே சொல்லுவோம். ஆனால் அநுபவத்தில் உள்ள சில சவுகரிய அசவுகரியங்களை உத்தேசித்து அன்பும் காதலும் கட்டுப்பாட்டுக்குள் அடங்க வேண்டியதாக ஏற்படலாம் என்பதை நாம் மறுக்க வரவில்லை. அன்றியும்

ஒப்பந்தங்களினால் கட்டுப்பட வேண்டியதாகவும் காதல் பெருக்கால் தானாகவே கட்டுப்பட்டுவிட்டதாகவும் போனாலும் போகலாம். அம்மாதிரி நிலைமைகளில் இம்மாதிரிக் கேள்விக்கே இடமில்லை. ஆதலால் அப்படிப்பட்ட காரியங்களை அவரவர்கள் இஷ்டத்திற்கே விட்டு விட வேண்டியது அவசியமாகும்"

- குடி அரசு - 12.10.1930

"சாதாரணமாகவே இன்றைய கற்பு, விபசாரம் என்னும் வார்த்தைகள் சுதந்திரமும், சமத்துவமும் கொண்ட வாழ்க்கைக்குச் சிறிதும் தேவையில்லாததேயாகும்.. ஜீவசுபாவங்களுக்கு இவ்விரண்டு வார்த்தையும் சிறிதும் பொருத்தமற்றதேயாகும். வாழ்க்கை ஒப்பந்த நிபந்தனைக்கு மாத்திரம் தேவையுடையதாகயிருக்கலாம். ஆன போதிலுங்கூட அவையும் இயற்கைக்கு முரணானது என்பதை யாவரும் ஒப்புக் கொண்டுதானாக வேண்டும். அதற்கு ஆதாரம் என்ன வென்றால் மேலே சொல்லப்பட்டது போலவே அவ்விரண்டு வார்த்தையின் தத்துவங்களையும் பெண்கள் மீது மாத்திரம் சுமத்தப்பட்டு ஆண்கள் மீது சுமத்தப்படாமலும் ஆண்கள் அவற்றை ஏற்றுக் கொண்டு கட்டுப்படாமையும் அதைப் பற்றி லஷியம் செய்யாமையுமேயாகும்.

இயற்கையோடு இயைந்த வாழ்வு எது என்பதையும் இயற்கைக்கு மாறுபட்ட வாழ்வு எது வென்பதையும் எவ்வித நாட்டுப்பற்று, நடப்புப் பற்று, பிறப்புப் பற்று என்பதில்லாமல் நடுநிலையிலிருந்து தன் அநுபவத்தையும் தன் மனதில் தோன்றிய, தோன்றும் உணர்ச்சிகளையும், ஆசைகளையும் ஒரு உதாரணமாகவும் வைத்துக்கொண்டு பரிசுத்தமான உண்மையைக் காணுவானேயானால் அப்போதும் கற்பு, விபசாரம் என்னும் வார்த்தைகள் வெறும் புரட்டு என்பதும், மற்றவர்களை அடிமையாகக் கட்டுப்படுத்த உண்டாக்கப்பட்ட சுயநல சூட்சி நிறைந்தது என்பதும் தானாகவே விளங்கிவிடும்.

மனிதனின் ஜீவசுபாவம் என்னவென்றால் உணர்ச்சியும் இந்திரிய செயலும் ஆசையுமேயாகும். உணர்ச்சியின் காரணமாய் பசி, நித்திரை புணர்ச்சி மூன்றும் முக்கியமான இன்றியமையாத இயற்கை அனுபவமாய்க் காண்கின்றோம்.

ஆகவே பொது உணர்ச்சியும் இந்திரிய செயலும் மனிதனுக்கு ஆசையை உண்டாக்கிக் கொண்டேயிருக்கின்றது. ஆசையின்

காரணமாய் எதையும் ஆசைப்படுவதும் அதுவும் அனேகமாய் அளவுக்கடங்காமல் மேலும் மேலும் போய்க் கொண்டிருப்பதும் சுபாவமாகவே இருக்கின்றதைப் பார்க்கின்றோம். ஆகவே உணர்ச்சியும் இந்திரிய செயலும் ஆசையும் மனிதனால் சாமான்யத்தில் கட்டுப்படுத்தக் கூடியதல்ல. யாராலாவது கட்டுப்படுத்தப்பட்டு விட்டது என்றால் அப்படிப்பட்டவரைப் பற்றி நாம் இங்கு பேச வரவில்லை. நாம் சொல்லுவதும் அவருக்குச் சம்பந்தப்பட்டதல்ல. (அவர்கள் பல லட்சத்திற்கு ஒருவர் இருப்பார்களோ என்னமோ) அந்தப்படிக்கில்லாத சாதாரண மனித ஜீவனின் உணர்ச்சியையும் இந்திரிய செயலையும் ஆசையையும் கட்டுப்படுத்தும் படியானதாகக் கொள்கைகளை ஒழுக்கங்களை கட்டுப்பாடுகளை ஏற்படுத்தினால் அது செலாவாணியாகுமா? செலாவாணியாவதாயிருந்தாலும் அதற்கு என்ன அவசியம் என்பன போன்றவைகளைக் கவனிக்க வேண்டாமாவென்று தான் கேட்கின்றோம்"

- குடி அரசு - *26.10.1930*

"ஒரு மனிதனுக்கு உள்ள சுதந்திரம் ஒரு மனுஷிக்கும் இருக்க வேண்டியது என்கின்ற முறையில் பார்க்கும்போது நமது புருஷர்கள் இரண்டு பெண்டாட்டிகளுடன் வாழுவது போலவே நமது பெண்கள் இரண்டு புருஷர்களுடன் வாழுவதில் குற்றமில்லை என்பதே நமதபிப்பிராயம் என்பதோடு, அம் முறையை இஷ்டப்ப டுபவர்கள் கையாளுவதில் எவ்விதத்தடையும் இருக்கக் கூடாது என்பதும் நமதபிப்பிராயமாகும்.

புருஷன் பெண்சாதியாக வாழுவது என்பது, புருஷன் பெண் சாதி என்பவர்களுடைய தனித்தனி சொந்த இஷ்டத்தைப் பொறுத்ததே தவிர, அதில் ஆதிக்கம் செலுத்த வேறு யாருக்கும் உரிமை இல்லை என்பதே அவ்விஷயத்தில் நமது அபிப்பிராயமாகும்.

ஆகவே, எந்தக் காரியத்தையும் ஆராய்ந்து பார்த்து அனுபவ குணதோஷம் கண்டு, மனதின் சுதந்திரத்தை மறுக்காமல், அடக்காமல், சுயேச்சையாய் நடக்க வேண்டியது தான் மனித தர்மம் என்றும், அந்தப்படி உலகமே சுயேச்சையாயிருக்க சௌகரியம் இருப்பதுதான் மனித சமூகவிடுதலை என்றும் சொல்லுகின்றோம்."

குடி அரசு - *13.09.1931*

> "ஒரு ஆணின் அல்லது ஒரு பெண்ணின் அன்பு, ஆசை, காதல், காமம், நட்பு, நேசம், மோகம், விரகம் முதலாகியவைகளைப்பற்றி மற்றொரு பெண்ணோ ஆணோ மற்ற மூன்றாமவர்கள் யாராவதோ பேசுவதற்கோ நிர்ணயிப்பதற்கோ நிர்பந்திப்பதற்கோ சிறிதுகூட உரிமையே கிடையாது என்றும் சொல்லுகிறோம்."
>
> - குடியரசு 18.01.1931

90 ஆண்டுகளுக்கு முன்பு ஒரு மனிதர் இத்தகைய கருத்துகளை முன்வைத்திருக்கிறார் என்பதைச் சிந்திக்கும்போதுதான் பெரியார் மீது அதீத ஆச்சர்யமும் அளவற்ற மரியாதையும் ஏற்படுகிறது. ஒருவரின் பாலியல் உறவுகளையோ அனுபவங்களையோ மதிப்பிடுவதற்கான பொது அளவுகோல் இல்லை என்னும் பெரியாரின் சிந்தனைகள் இன்று LGBT சமூகத்தினரின் உரிமைக்கான குரல். தன்பாலினத்தவரின் திருமணத்தை அங்கீகரிக்க இந்திய அரசு மறுப்பதும் நீதிமன்றம் தயக்கம் காட்டுவதுமான காலத்தில் வாழும் நாம் எப்படி பெரியார் காலாவதியாகிவிட்டார் என்று சொல்லமுடியும்?

பண்பாட்டின் முக்கிய தளமான மொழியில் நிலவிய ஆதிக்கம் குறித்தும் கவனம்கொண்டு செயற்பட்ட சிந்தனையாளராகப் பெரியார் இருந்தார். 'தமிழ் இலக்கணத்திலேயே தேவர் நரகர் என்னும் பாகுபாடு ஏன்?', 'விதவை, விபச்சாரி என்னும் வார்த்தைகள் பெண்களை மட்டுமே ஏன் குறிக்கின்றன?' என்று தொடர்ந்து கேள்வி கேட்டவர் பெரியார். இன்று இத்தகைய மொழி அதிகாரத்தை உணர்ந்து மாற்றுத்திறனாளி, திருநங்கை, பாலியல் தொழிலாளர் போன்ற வார்த்தைகள் உருவாக்கப்படுவதையும் அதற்கு அரசு மற்றும் ஊடக அங்கீகாரம் கிடைப்பதையும் பார்க்கிறோம். மேலும் 'கள்ளக்காதல், கள்ள உறவு, விபச்சாரி, பதிவிரதை, முதிர்கன்னி' போன்ற வார்த்தைகளை நீதிமன்றங்களில் பயன்படுத்தக்கூடாது என்று அதற்கான மாற்றுச்சொற்களுடன் 'Handbook on combating gender stereotypes' என்ற கையேடு ஒன்றை உச்ச நீதிமன்றம் வெளியிட்டிருக்கிறது.

பெரியார் சிந்தனைகளின் ஆழத்தையும் தாக்கத்தையும் சொல்லும்போது அவர் மீதான சமகால விமர்சனங்களையும் சொல்லவேண்டும். மூன்று தரப்பு விமர்சனங்கள் தீவிரமானவை.

'பெரியார் ஓர் இனவாதி, பிராமணர்கள்மீது வெறுப்பையும் வன்முறையையும் தூண்டும் வகையில் அவர் பேசினார்' - இதை

முன்வைப்பவர்களில் பெரும்பாலானோர் பார்ப்பனர்கள். சிலர் பெரியார் வெறுப்பாளர்களான பார்ப்பனர் அல்லாதோர்.

தம்மை முற்போக்காளர்களாகக் காட்டிக்கொள்ளும் பார்ப்பனர்கள்கூட தங்கள் சொந்தச்சாதியின் பிரதிநிதிகளாக நின்று இத்தகைய விமர்சனங்களை முன்வைக்கின்றனர். சிலநேரங்களில் பெரியாரின் வார்த்தைகள் வரம்பு கடந்தவையாக இருக்கலாம். ஆனால் ஒட்டுமொத்த பெரியாரின் செயற்பாடுகளையும் வாழ்க்கையையும் தொகுத்துப்பார்க்கும்போது அவர் எப்போதுமே வன்முறைக்கு எதிரானவராகவே இருந்தார்; பார்ப்பனர்கள்மீது வன்முறை நிகழும் சந்தர்ப்பங்களில்கூட அதைத் தடுப்பவராகவே இருந்தார் என்பதற்கு எத்தனையோ ஆதாரங்களைக் காட்ட முடியும். பெரியாரின் காலத்தில் பார்ப்பனர்கள் கடைப்பிடித்த தீண்டாமை, தங்கள் மக்கள்தொகைக்கும் அதிகமாக அதிகாரத்தில் அவர்கள் வகித்த பங்கு ஆகியவற்றை முற்றிலும் மறைத்துவிட்டே பெரியாரை வெறுப்பாளராகச் சித்திரிக்கும் போக்கு தொடர்கிறது.

இன்றளவும் பெரியார் மற்றும் திராவிட இயக்கம் காரணமாகத் தமிழ்நாட்டில் மட்டுமே பார்ப்பனர் ஆதிக்கம் ஓரளவு மட்டுப்பட்டிருக்கிறது. இந்தியளவில் பார்த்தோமானால் உளவுத்துறை, நீதித்துறை, மத்திய அமைச்சரவை அலுவலகங்கள், உயர்கல்வி நிறுவனங்கள், ஆங்கில மீடியாக்கள் என அனைத்திலும் பார்ப்பனர் ஆதிக்கமே தொடர்வது கண்கூடான உண்மை.

'பெரியாரின் பார்ப்பன எதிர்ப்பு இடைநிலைச்சாதிகள் அதிகாரம் பெறவே உதவியது, பெரியார் இடைநிலைச்சாதிகளின் பிரதிநிதி; மட்டுமல்ல அவர் தலித் மக்களின் எதிரி, திராவிடக்கட்சிகளில் தலித்துகளுக்குப் போதிய பிரதிநிதித்துவம் கிடையாது, பெரியாரும் திராவிட இயக்கமும்தான் தலித் மக்கள் மேம்பாட்டுக்கு உழைத்தார்கள் என்று சொல்வதன் மூலம் ஒடுக்கப்பட்டோர் அரசியல் வரலாறு மறைக்கப்படுகிறது' - இவை கடந்த 20 ஆண்டுகளுக்கும் மேலாக சிறு தலித் குழுவால் முன்வைக்கப்படும் விமர்சனங்கள்.

இதில் கடைசி இரு வாதங்களில் நியாயம் இருக்கிறது. அந்த வாதங்களின் நியாயத்தை உணர்ந்து கடந்த 20 ஆண்டுகளில் மாற்றங்களும் ஏற்பட்டிருக்கின்றன. நூற்றாண்டு மரபுள்ள ஒடுக்கப்பட்டோர் தலைவர்கள், சிந்தனையாளர்கள், செயற்பாட்டாளர்கள், இயக்கங்களின் வரலாறுகள் தொடர்ந்து எழுதப்படுகின்றன. இவற்றில் வேண்டுமென்றே நிகழ்த்தப்படும் விடுபடல்கள், அரை உண்மைகள், ஆதாரமற்ற குற்றச்சாட்டுகள்,

வலிந்து மேற்கொள்ளப்படும் யூகங்கள் ஆகிய பிரச்னைகள் இருக்கின்றன என்றாலும் பரந்துபட்ட தளத்தில் ஒடுக்கப்பட்டோர் வரலாற்றை எழுதுவதாகத் தொடங்கி சுயசாதியை நிலைநாட்டுவதில் முடிந்துவிடும் பரிதாபம் என்னும் குறைபாடு இருக்கிறது என்றாலும் இந்த வரலாற்று முயற்சிகள் முக்கியமானவை. திராவிடக் கட்சிகளிலும் இடதுசாரி இயக்கங்களிலும் தலித் மக்களுக்கான பிரதிநிதித்துவம் அதிகரிக்கப்பட வேண்டும் என்பது உண்மைதான். ஆனால் இத்தகைய விமர்சனங்களைக் கணக்கிலெடுத்து தி.மு.க மாநில மற்றும் மாவட்ட துணைச்செயலாளர்களில் ஒருவர் தலித்தாக இருக்கவேண்டும் என்று கொண்டுவரப்பட்ட விதி, இடதுசாரி இயக்கங்களின் தீண்டாமை ஒழிப்பு முன்னணி போன்றவற்றின் செயற்பாடுகள், பார்ப்பனர் ஆதிக்க எதிர்ப்பைத் தாண்டி தலித் மக்கள் மீதான இடைநிலைச்சாதிகளின் ஆதிக்கத்துக்கு எதிராகக் களத்தில் நிற்கும் பெரியார் இயக்கங்களின் போராட்டங்கள் என எவற்றையுமே கணக்கிலெடுக்காமல் மீண்டும் மீண்டும் இத்தகைய குற்றச்சாட்டுகள் முன்வைக்கப்படுவது அரசியல் உள்நோக்கத்தையே காட்டுகிறது.

பெரியார் 'சூத்திரர்கள்' என்றழைக்கப்பட்ட பிற்படுத்தப்பட்டோரின் உரிமைகளுக்காக உழைத்தார். ஒடுக்கப்பட்ட மக்களின் சாதிச்சங்கங்களைப் போலவே பிற்படுத்தப்பட்டோரின் சாதிச்சங்க நிகழ்வுகளிலும் கலந்துகொண்டார். ஆனால் எந்த ஒரு நிகழ்விலும் பெரியார் சாதியையோ சாதிப்பெருமிதத்தையோ சாதி ஆதிக்கத்தையோ நியாயப்படுத்திப் பேசவில்லை. சூத்திரர்கள் அமைப்பாகத் திரண்டு உரிமைகளைப் பெறுவதை வலியுறுத்திய அதேநேரத்தில் அவர்கள் தலித் மக்கள்மீது இழைக்கும் ஆதிக்கம் குறித்தும் விமர்சனங்களை முன்வைத்தார். தேவேந்திரகுல வேளாளர், வன்னியகுல சத்திரியர் என்று இந்து, வர்ண அடையாளங்களில் தங்களைப் பொருத்திக்கொள்ளும் முயற்சிகளை முகத்துக்கு நேரே கடுமையாக விமர்சித்தார். இடைநிலைச்சாதிகளிடம் உரிமைகளை வலியுறுத்தும் அதேநேரத்தில் ஒடுக்கப்பட்டோர் உரிமைகள் குறித்தும் பேசவதற்கான பெரியார் போன்ற வலிமையான குரல் இன்று இல்லை என்பதே எதார்த்தம். இன்று சாதி ஆதிக்கத்தை வலியுறுத்தும் எந்த ஓர் இடைநிலைச்சாதி அமைப்போ தலைவரோ பெரியாரை ஓர் அடையாளமாகக் கூட பயன்படுத்தவில்லை என்பதே உண்மை. பெரியாரைத் தலித் மக்களின் எதிரியாகச் சித்திரித்து பார்ப்பனர்களுடனும் இந்துத்துவவாதிகளுடனும் நேரடியாகவும் மறைமுகமாகவும் கைகோர்க்கும் விலகல்வாத தலித்தியவாதிகள், தலித் மக்களின் நலன்களுக்கே எதிரானவர்கள்.

'பெரியார் ஒரு கன்னடர், தமிழ் மொழியையும் இலக்கியங்களையும் தூற்றியவர், தமிழர்களின் உரிமையை ஒடுக்கவே 'திராவிடர்' அடையாளத்தை முன்வைத்தவர்' - இன்றைய சில தமிழ்த்தேசியவாதிகளால் முன்வைக்கப்படும் விமர்சனங்கள் இவை.

பெரியார், தான் கன்னட பலிஜா என்பதை மறைத்தவரில்லை. அதேநேரம் சாகும்வரை பெரியாரின் செயற்பாடுகள் தமிழ்நிலத்தை மய்யமாகக் கொண்டே அமைந்தவை. அவர் இறந்தபிறகு தமிழர்களின் சுயமரியாதைக்கான பிரச்சாரத்துக்காகவும் கல்விப்பணிகளுக்காகவுமே அவர் சொத்துகள் பயன்படுத்தப்படுகின்றன. எனவே அவரைக் கன்னடராக முன்னிறுத்தும் எந்த வாதமும் இழிவானவையே.

தமிழ்மொழி மற்றும் தமிழ் இலக்கியங்கள் குறித்தான பெரியாரின் விமர்சனங்கள் இரண்டு விஷயங்களை அடிப்படையாகக்கொண்டவை. தமிழ் இலக்கியங்களில் உள்ள சாதியம், ஆணாதிக்கம், மூடநம்பிக்கை ஆகியவற்றை அவர் கடுமையாக விமர்சித்தார். மேலும் நவீனகாலத்துக்கு ஏற்ப தமிழ் மொழி சீர்திருத்தப்பட வேண்டும் என்று வலியுறுத்தினார். இவை இரண்டையும் அன்றைய தமிழ்ப்புலவர்கள் எதிர்த்தபோது பெரியாரின் எதிர்வினைகள் கடுமையாக அமைந்தன.

தமிழ்வழிக்கல்வியை வலியுறுத்திய பெரியார் ஆங்கில வழிக்கல்விக்கும் அழுத்தம் கொடுத்தார். ஆங்கிலம் படித்து பார்ப்பனர்கள் முன்னேறும்போது பார்ப்பனரல்லாதார் பின்தங்கி விடக்கூடாது என்னும் அக்கறையின்பாற்பட்டவை என்றாலும் பெரியாரின் கருத்துகள் தீவிர விவாதத்துக்குரியவையே. அதேபோல் பெரியார் தமிழ் இலக்கியங்களில் இருந்த பார்ப்பனியக்கூறுகளை விமர்சித்த அதேநேரம், தமிழ் இலக்கியங்களில் இருந்த சமண, பௌத்த, ஆசிவக அவைதீகக்கூறுகளைக் கணக்கிலெடுக்கவில்லை. தொ.பரமசிவன், பொ.வேல்சாமி போன்ற எழுத்தாளர்கள் இத்தகைய இடைவெளியை நிரப்பி பெரியாரியத்தை செழுமைப்படுத்தியிருக்கிறார்கள் என்றே சொல்லலாம்.

மேலும் சமகாலத்துக்கேற்ப பெரியாரியத்தை செழுமைப்படுத்த என்னென்ன கூறுகள் கணக்கிலெடுக்கப்பட வேண்டும்?

பெரியாரும் அம்பேத்கரும் கிராமங்களின் மீது கடுமையான விமர்சனங்களை முன்வைத்தவர்கள். சாதியமும் நிலப்பிரபுத்துவமும் நிறைந்த, தலித் மக்கள்மீது ஒடுக்குமுறை மிகுந்த கிராமம் என்னும் அமைப்பே முற்றாக அழிக்கப்பட வேண்டும் என்றவர்கள், சாதி அடையாளத்தை எல்லாச் சந்தர்ப்பங்களிலும் வெளிப்படுத்தத்

தேவையில்லாத நகரங்களுக்குத் தலித்துகள் குடியேறுவதை ஊக்கப்படுத்தினர் இருவரும்.

ஆனால் இப்போதைய நகரமயமாக்கல் சேரிகளைக் காலி செய்வதையும் ஒடுக்கப்பட்ட மக்களின் வாழ்வாதாரத்தைக் கேள்விக்குள்ளாக்குவதையும் பார்க்கிறோம். எனவே நகரங்கள் குறித்த பெரியார், அம்பேத்கர் கருத்துகள் மறுவிசாரணைக்கு உட்படுத்தப்பட வேண்டும்.

'கம்யூனிஸ்ட்கள் வர்க்கத்துக்குக் கொடுக்கும் முக்கியத்துவத்தை சாதிக்கு அளிப்பதில்லை' என்ற விமர்சனத்தைப் பெரியாரிஸ்ட்களும் அம்பேத்கரிஸ்ட்களும் முன்வைத்திருக்கின்றனர். கால்நூற்றாண்டாக இத்தகைய விமர்சனங்களைக் கணக்கில்கொண்டு இடதுசாரி இயக்கங்களிலும் அணுகுமுறைகளிலும் நிறையவே மாற்றங்கள் ஏற்பட்டிருக்கின்றன. அதேநேரம் பெரியாரிய, அம்பேத்கரிய இயக்கங்கள் வர்க்கப்பிரச்னைகள் குறித்து முழுவதுமே கவனம் செலுத்தாமலிருக்கின்றனர் என்றே சொல்லலாம். உலகமயமாக்கல், நுகர்வுக்கலாச்சாரம், இட ஒதுக்கீடு அற்ற தனியார்துறைகளின் வளர்ச்சி, பணிப்பாதுகாப்பு அற்ற நிலை, சேவைத்தொழிலாளர்களின் பெருக்கம், தொழிற்சங்களின் தளர்வு, இடதுசாரி இயக்கங்களின் பின்னடைவு ஆகியவற்றைக் கணக்கிலெடுத்து சாதியுடன் இணைந்த வர்க்கப்போராட்டங்களையும் பெரியாரிய, அம்பேத்கரிய இயக்கங்கள் முன்னெடுக்கவேண்டியது அவசியம்.

பெரியாரின் தொடர்ச்சியான மூடநம்பிக்கை எதிர்ப்பு பிரசாரங்களால் தமிழர்கள் மத்தியில் அறிவியல் மனப்பான்மை வளர்ந்திருக்கிறது. எத்தகைய அறிவியல் தொழில்நுட்பத்தையும் எளிதில் கைகொள்பவர்களாகத் தமிழர்கள் இருக்கிறார்கள். பல ஆண்டுகளுக்கு முன்பே தமிழகத்தில் ஐ.டி துறை வளர்ச்சிக்குக் கலைஞர் வித்திட்டார். கார்ப்பரேட் சாமியார்கள் ஒருபுறம் வளர்ந்தாலும் மதக்குறிகளை இளைஞர்கள் பூசுவது குறைந்திருக்கிறது. இவையெல்லாம் ஒருபுறம் இருந்தாலும் இன்று நவீன அறிவியல் சாதனமான மொபைல்போன், கம்ப்யூட்டர் வழியாகவே போலி அறிவியல் செய்திகளும் பொய்ச்செய்திகளும் அதிகம் பரவுகின்றன. மூடநம்பிக்கை எதிர்ப்பு பிரசாரங்களைப்போலவே இன்று இத்தகைய பொய்ச்செய்திகளுக்கு எதிராகவும் பிரச்சாரங்கள் மேற்கொள்ளப்பட வேண்டியது முக்கியம்.

நவீன அறிவியல், நவீன மருத்துவம் குறித்த பெரியாரின் சிந்தனைகள் எந்தளவுக்கு முக்கியமோ அதே அளவு சுற்றுச்சூழல் சீர்கேடுகள் குறித்து கவனம் கொள்ள வேண்டியதும் முக்கியம். நவீனம்

என்ற பெயரில் சுற்றுச்சூழல் அழிக்கப்படுவதற்கு எதிராகப் பேச வேண்டியது அவசியம். அதேநேரம் இயற்கை வேளாண்மை, மாற்று மருத்துவம் ஆகியவற்றின் பெயரால் பரப்பப்படும் அறிவியலுக்கு மாறான பொய்ச்செய்திகளைப் புறக்கணிப்பதும் முறியடிப்பதும் அவசியம். இங்குதான் நமக்குப் பெரியாரின் பகுத்தறிவுப் பார்வை கூடுதலாகப் பயன்படும்.

கொள்ள வேண்டியதைக் கொண்டு, தள்ள வேண்டியதைத் தள்ளி காலத்துக்கேற்ற பெரியாரியத்தைச் சமைப்போம்.